AF270721

日本語能力試験・日本留学試験
読解対策シリーズ
JLPT/EJU reading comprehension series
JLPT/EJU 阅读理解系列措施
Loạt sách ôn luyện đọc hiểu cho JLPT/EJU
英語・中国語・ベトナム語
対訳付き

日本語 N3

文法・読解

まるごとマスター

N3 Grammar and Reading Comprehension: A Complete Guide
日语 N3 语法・阅读理解的全面掌握
Nắm vững toàn bộ phần ngữ pháp-đọc hiểu tiếng Nhật trình độ N3

水谷信子 監修・著
黒岩しづ可・青木幸子・高橋尚子 共著

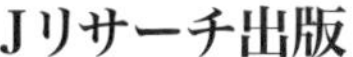

Jリサーチ出版

　『日本語 N4　文法・読解まるごとマスター』の続編として、『日本語 N3　文法・読解まるごとマスター』をお届けします。

　日本語の教材のうち、読解の学習書は少ないのが現状です。これは、読解力の向上に必要な、あるいは有効な学習法があまり進まなかったからかもしれません。読解力をつけるための学習法を開発して、意欲的な学習者の皆さんの役に立ちたいという願いから、今回、「N4」に続いて「N3」をまとめることができ、長年、日本語教材の開発に従事してきた者として、本当にうれしく思っています。

　この教材の特色は、読解力を高めるため、文法項目を整理しながら実際の文例に即した学習ができるように工夫したことです。また、文を構成する各要素の関係を図解によって理解できるようにしました。文の成り立ちをよく理解し、重要な文法項目をひとつずつ着実に身につけて、次第に文の長さや文法項目の複雑さを克服していくよう工夫しました。この点は「N4」と共通していますが、今回の「N3」では、文章をより長く、構成をより複雑にしつつ、皆さんの読解力がさらにレベルアップするよう努めました。皆さんが活用してくださることを心から願っています。

水谷信子

　This is N3 Grammar and Reading Comprehension: Everything You Need to Know, the follow-up to N4 version.

　While there are many Japanese-language instructional materials that focus on conversational relationships, there are still few study books about reading comprehension. This could be because the development of study methods needed to improve one's reading ability, or to do so in an effective way, had not been particularly advanced. We have worked together with various publishers in order to fulfill our wish to be of use to ambitious and motivated students of Japanese by developing study materials that can improve reading ability, and after creating a book for the N4 level, we have been able to consolidate our results here for the N3 level at last. As someone who is engaged in the development of Japanese-language teaching materials, it makes me truly happy to be able to present all of you with this reading comprehension series.

　What sets these materials apart is the way they have been designed, organizing grammar items together while being based on real sample sentences in order to improve your reading comprehension ability. We have also provided diagrams to allow you to understand the relationship between the various elements used to construct sentences. We have worked to enable you to thoroughly understand the organization of sentences as well as their important grammatical items one at a time, putting this book together in a way that will allow you to overcome long sentences and complex grammar. While this point is also true for N4, with N3, we have worked to make the passages even longer and their structure even more complex while striving to further increase your reading abilities. We truly hope that you will make use of this text.

水谷信子

作为『日语 N4　语法·读解彻底掌握』的续篇，这次为大家献上『日语 N3 语法·读解彻底掌握』。

当前，在日语教材中，有关读解方面的教材不多。这也许是因为提高阅读理解能力所需要的或者说其有效的学习方法还没有得到开发。从开发提高阅读能力的学习方法，来帮助有学习欲望的人们这个愿望出发，这次又推出了继「N4」之后的「N3」系列。作为长年从事日语教材开发的工作着，感到由衷的喜悦。

本教材的特色是为了提高阅读理解能力，在归纳语法项目的同时，针对实际的例句立刻进行练习上下了很大的功夫。并且将构成句子的各种因素通过图解进行理解。在认真理解句子构成，将重要的语法项目逐一展开，并着实加以理解，逐渐地克服长句子及复杂的语法项目上也下了很大的功夫。这一点与「N4」相同。可是，这次的「N3」中，文章比较长，其构句比较复杂，以致力于更一步的提高大家的阅读理解能力。衷心希望大家广泛利用。

水谷信子

Xin trân trọng giới thiệu đến các bạn quyển "Nắm vững toàn bộ phần ngữ pháp-đọc hiểu tiếng Nhật trình độ N3" là bản tiếp theo của "Nắm vững toàn bộ phần ngữ pháp-đọc hiểu tiếng Nhật trình độ N4".

Trong những sách học tiếng Nhật thì số sách học về đọc hiểu vẫn rất ít. Đó có thể là do việc nghiên cứu phương pháp học tập để nâng cao khả năng đọc hiểu chưa được phát triển mấy. Vì vậy tôi nghiên cứu phát triển phương pháp học tập để giúp đỡ các bạn học tiếng Nhật nâng cao khả năng đọc hiểu. Tiếp theo trình độ N4, tôi đã hoàn thành bản về trình độ N3. Là một người nghiên cứu về giáo trình tiếng Nhật, tôi rất vinh dự khi được đưa quyển sách này đến các bạn.

Đặc trưng của bộ sách này là bạn có thể vừa sắp xếp lại được các đề mục ngữ pháp vừa học dựa vào những câu ví dụ trên thực tế. Hơn nữa, cũng có thể hiểu được về mối quan hệ giữa các yếu tố trong cấu trúc câu thông qua các hình vẽ minh hoạ. Với quyển sách này bạn sẽ có thể dần dần vượt qua được độ dài của đoạn văn hay sự phức tạp của các đề mục ngữ pháp bằng cách hiểu rõ cấu trúc câu và hiểu rõ các đề mục ngữ pháp trong câu từng phần một. Đây tuy là điểm chung với sách N4, nhưng với sách N3 lần này, sẽ có những bài văn dài hơn và có cấu trúc phức tạp hơn để giúp các bạn có thể nâng cao khả năng đọc hiểu hơn nữa. Mong các bạn sử dụng sách này một cách hiểu quả nhất.

水谷信子

目次
もく じ

Table of Contents
目录
Mục lục

序章
じょ しょう
Preface
序章
Lời mở đầu

初級をマスターして次のステップへ！
しょきゅう　　　　　　　　　　　　　　　つぎ
Going to the Next Step After Mastering the Introductory Level!
掌握日语初级后的下一个目标！
Hãy nắm vững kiến thức sơ cấp để chuyển sang bước tiếp theo!

11

PART 1

実践！読解トレーニング　文章編
じっせん　　　どっかい　　　　　　　　　　　ぶんしょうへん
Try it for Real! Reading Comprehension Training: Composition Section
实践！读解训练　文章篇
Thực tiễn! Luyện tập đọc hiểu　Phần Đoạn văn

19

目次　Contents／目录／Mục lục

<table>
<tr><td>**PART 2**</td><td>実践！読解トレーニング　情報編
Try it for Real! Reading Comprehension Training: Information Section
实践！读解训练　情报篇
Thực tiễn! Luyện tập đọc hiểu　Phần Thông tin</td><td>**145**</td></tr>
</table>

この本の使い方

● **この課のタイトル／ Title of This Lesson
／本课的标题／ Tên bài**

「Grammar Target」から主なものを一つ取り上げ示しています。

Points out and indicates one major element from 「Grammar Target」.

表示从「Grammar Target」的主要内容中抽出其中的一个。

Nêu ra một câu chính trong phần「Grammar Target」.

● **モデル文章／
Model sentences ／
模式文章／ Đoạn văn mẫu**

「Grammar Target」を含む文章の例です。

Example sentences including 「Grammar Target」.

包含「Grammar Target」内容在内的文章的例子。

Là đoạn văn mẫu bao gồm các đề mục ngữ pháp có trong 「Grammar Target」.

● **Grammar Target**

この課で取り上げた N3 レベルの文法項目です。

N3 level grammar items discussed in this lesson.

是指本课所提示的 N3 水平的语法项目

Là những đề mục ngữ pháp trình độ N3 có trong mỗi bài.

PART 1
実践！読解トレーニング
文章編
§1
(L1-10)

Lesson

7 日々の生活から②〜予約

Daily Living ② : Reservations
／日常生活②〜预约／ XTừ cuộc sống hàng ngày ②〜 Đặt hẹn

Grammar Target
✦ 〜ようになる
✦ 〜まで

何事についても、予約が必要な時代になった。乗り物や旅館などに予約が必要なことは当然だし、コンサートやスポーツの試合なども、予約がなかったら、混乱が起こるだろう。また、みんな忙しくなって、昔のように「近くに寄ったから」と、突然に人を訪問するのは、迷惑に思われるようになった。❶確かに、将来のことを予約しておくほうが無駄がなく、合理的である。最近では、生きている間に葬式を予約するケースもあるそうだ。どんな式にするか、誰に案内を送るか、決めておくという。❷早めに予約すると料金が割引になる「早割」のサービスまであるそうだ。

Vocabulary

☐ 混乱（する）：(to) get confusing／混乱／ nhầm lẫn
☐ 将来：future／将来／ Tương lai
☐ 無駄：futility／浪费、无意义／ Lãng phí
☐ 合理的（な）：logical／合理的／ Hợp lý

☐ 葬式：funeral／葬礼／ Đám tang
☐ ケース：case／场合／ Trường hợp
☐ 式：form／式／ bể〜
☐ 割引：discount／减价／ Giảm giá

🎵 **〜ようになる** Become so that 〜／成为〜／ Trở nên〜

🄴 Expresses that circumstances have changed, creating a new condition.
🄲 表示事情变成新的状态。
🅅 Thể hiện ý nghĩa tình hình thay đổi, sinh ra tình trạng mới.

EX1 よくその店に行くので、顔を覚えられる**ようになった**。
(I often go to that store, so they began to remember my face.／因为经常去那家店, 店里的人都认识我了。／ Vì tôi hay đi nhà hàng đó nên đã (trở nên) được nhớ mặt.)

EX2 この商品は、名前を変えたら、売れる**ようになった**。
(This product began to sell well once its name changed.／这个商品换了个名字就卖出去了。／ Sản phẩm này thì trở nên bán chạy sau khi đổi tên.)

32

文法のキー項目／ Key Grammar Items
／语法的关键项目／ Chìa khoá ngữ pháp

「Grammar Target」に掲げた項目の説明です。

Explanations of items Printed in 「Grammar Target」

是列举在「Grammar Target」中所提项目的说明。

Là phần giải thích về các đề mục có trong「Grammar Target」.

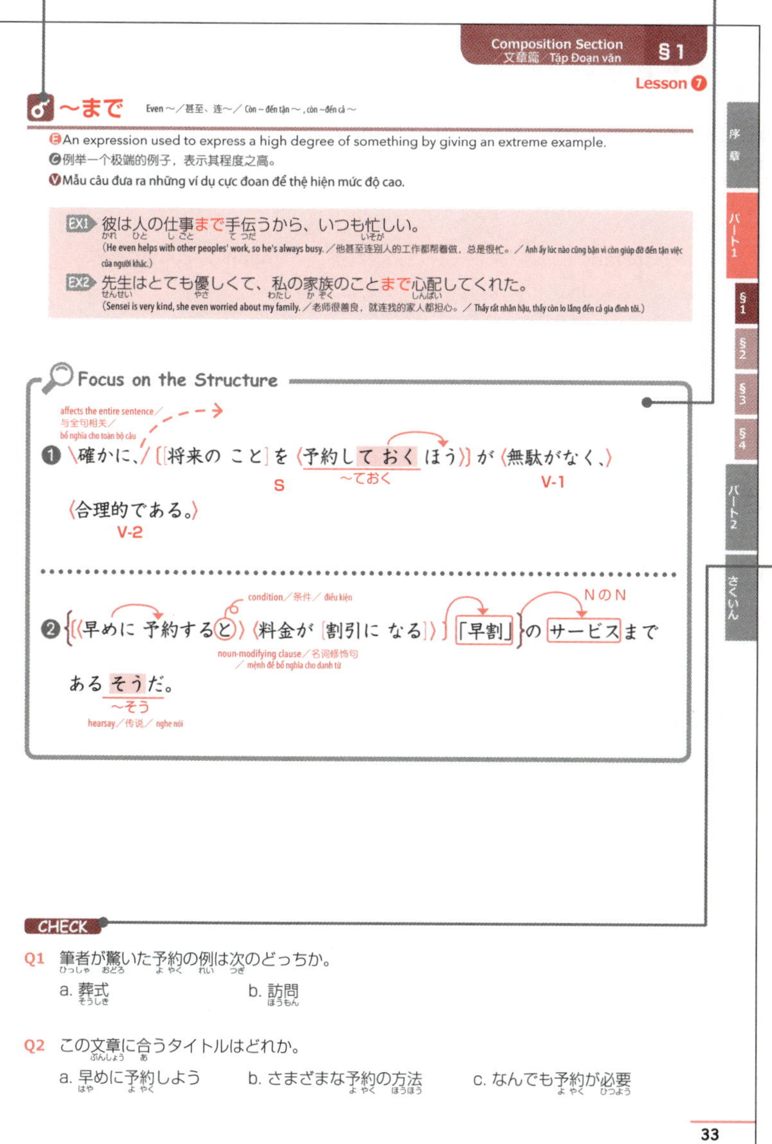

Focus on the Structure

モデル文章から１〜２の文を取り上げ、文の構造や修飾関係を説明しています。

Discusses 1~2 sentences from model sentences, and describes sentence structure and/or modifier relationship.

从模式文章抽出１〜２个句子来说明句子的构造及修饰关系等。

Đưa ra câu 1~2 trong đoạn văn mẫu, giải thích về cấu trúc hoặc mối quan hệ bổ nghĩa của câu.

理解度チェック／ Check Your Understanding
／核实理解程度／ Kiểm tra mức độ hiểu

毎回2つまたは１つ、文章を理解できたか確認するための簡単な問題があります。

Each passage has one or two simple questions you can use to make sure you understood it.

每次有两个或一个确认是否理解文章的简单练习问题。

Mỗi lần sẽ có 2 hay 1 bài đơn giản để kiểm tra lại xem người học có hiểu nội dung đoạn văn không.

✽ 主な 記号など Major Symbols, Etc. ／主要的记号等／ Những ký hiệu chính

記号	日本語	English	中文	Tiếng Việt
↱ ↱	修飾 動詞→目的語	Modifier Verb → object	修饰 动词→宾语	bổ nghĩa động từ → tân ngữ
[ ]	名詞句	Noun Phrase	名词句	cụm danh từ
〈 〉	句	Passage	句	cụm từ
＼ ／	副詞、副詞句	Adverb, adverbial phrase	副词，副词句	trạng từ, cụm trạng từ
《 》	接続詞	Conjunction	连词	liên từ
〔 〕	節	Clause	节	mệnh đề
◯ ⬭	助詞	Particle	助词	trợ từ
▭	修飾される 語	Modified word	被修饰语	từ được bộ nghĩa
＝	主節	Principal clause	主节	mệnh để chính
S - V	主語ー述語 主部ー述部	Subject - Predicate	主语ー谓语 主部ー谓部	chủ ngữ-vị ngữ
グレーの字 Gray characters／灰体字 ／chữ in màu xám	省略された 語句	Omitted words	被省略的语句	cụm từ được lược bỏ

✽ 主な 略称 Main Abbreviations ／主要略称／ cách nói tắt chủ yếu

略称	日本語	English	中文	Tiếng Việt
V	動詞	Verb	动词	động từ
A	イ形容詞	*I*-adjective	イ形容词	tính từ đuối I
NA	ナ形容詞	*Na*-adjective	ナ形容词	tính từ đuối NA
N	名詞	Noun	名词	danh từ
Vます	動詞の ます形	Masu form of a verb	动词的ます形	thể MASU động từ
Vて	動詞の て形	Te form of a verb	动词的て形	thể TE động từ
Vた	動詞の た形	Ta form of a verb	动词的た形	thể TA động từ
Vる	動詞の 辞書形	Dictionary form of a verb	动词的词典形	thể từ điển động từ

序章（じょ しょう） 初級をマスターして次のステップへ！
（しょきゅう）（つぎ）

　初級の学習を一通り終えた後、スムーズに中級に進めないことがよくあります。伸びる人は伸びて、中級、上級へと進んでいきますが、足踏みしてしまう人は、なかなか初級から先に進めません。では、どうすれば着実にレベルアップできるでしょうか。ここでポイントを整理しましょう。

● 初級文法をマスターする

　文法や文型は、実際の文の中で意味や働きを確認するようにしましょう。特に、助詞の意味・機能や動詞・形容詞の活用形など、初級の基礎はしっかり身につけましょう。

● 日本語の特徴を理解する

　日本語では、主語をはじめとする人称代名詞や目的語など、さまざまな語が省略されます。語順もかなり自由です。読解練習をしながら、これらの特徴に慣れ、「誰が？」「誰に？」「何を？」などをとらえられるようにしましょう。

● 構文や修飾関係を読み取る力を伸ばす

　レベルが上がるにつれ、構文が複雑になり、修飾も長くなります。読解練習を通して、文の構造や、名詞修飾など修飾関係を読み解く力を高めましょう。それにはまず、文の構成要素をつかむことが必要です。日本語は、英語などと違って語と語を区切って書きません。それに慣れるため、語と語の間に“／”を入れるなどして文を分解する練習をするといいでしょう。

● 「こそあど」をとらえる力を伸ばす

　話が長くなると、指示語の使用が増えます。内容理解のカギになりますので、「これ・それ・あれ・どれ」「こんな・そんな・あんな・どんな」「こういう・そういう・ああいう・どういう」などの指す内容をしっかりとらえましょう。

● 接続表現に強くなる

　文章も会話も、長く続けるには接続表現がポイントになります。接続詞のほか、話の展開にかかわる副詞や文型、また、会話の応答表現も一つずつ覚えていきましょう。

● 語彙を増やす

　ばらばらでなく、場面やテーマに関連する語や類義語・対義語をいっしょに覚えるようにしましょう。また、表現の中でその語とよく一緒に使われる語にも注意を向けて、同時に覚えるようにしましょう。

● 漢字に強くなる

　中級になると、漢字熟語が増えていきます。漢字を覚えるには努力が必要ですが、漢字のおかげで語彙力を効率よく高められます。

● 言葉づかいを覚える

　日本語は、相手との関係によって言葉づかいがかなり変わります。「家族・友達」「会社の同僚・（友達ではない）知人」「先生・上司・先輩・年上の人・（仕事の）客」など、相手によって表現を使い分けできるようにしましょう。

Preface — Going to the Next Step After Mastering the Introductory Level!

People often have trouble smoothly moving to the intermediate level after completing introductory level learning. Those who make progress move forward to the intermediate and advance levels, but those who come to a standstill find it hard to move past the introductory level. So how does one reliably advance to the next level? Let's take a look at the important points.

● Master Introductory Level Grammar

For grammar and sentence patterns, make sure you know what they mean and how they work in actual sentences. In particular, make sure you have a firm grasp of introductory fundamentals such as the meaning and function of particles and the conjugation of verbs and adjectives.

● Understand the Unique Points of Japanese

In Japanese, personal pronouns such as subjects and other personal pronouns as well as objects are sometimes omitted. There is also quite a bit of freedom when it comes to the order of words. As you practice reading comprehension, get used to these unique points so that you can understand questions such as "Who?" "To whom?" and "What?"

● Grow Your Ability to Comprehend Sentence Structures and the Relationships Between Modifiers

As your level increases, sentence structures become more complex and modifiers become longer. Use reading practice to increase your ability to read and understand the structure of sentences and the relationships between modifiers such as noun modifiers. When doing this, you must first understand the elements that a sentence consists of. Unlike English, Japanese does not separate words. In order to get used to this, it may be good to practice by splitting up sentences by inserting a "/" between words, for example.

● Grow Your Ability to Understand "Ko-So-A-Do"

As stories get longer, more demonstratives get used. These are key to understanding what is being said, so make sure you have a firm grasp on understanding what is being referred to in cases such as 「これ・それ・あれ・どれ」, 「こんな・そんな・あんな・どんな」, and 「こういう・そういう・ああいう・どういう」.

● Get Better at Conjunctive Expressions

For both written passages and conversations, it is important to use conjunctive expressions when going on for a long time. In addition to conjunctive expressions, you should also begin to learn adverbs and sentence patterns that involve the development of what is being discussed, as well as expressions of response in conversations.

● Increase Your Vocabulary

Work to learn words not separately but together based on place or theme, or using synonyms and antonyms. Also, you should also pay attention to what words are often used together within the same expression.

● Get Better at Kanji

Once you reach an intermediate level, the number of kanji compounds increases. While it does take effort to learn kanji, you can efficiently build your vocabulary through kanji.

● Learn How Words are Chosen

In Japanese, the words one uses changes significantly based on one's relationship with the person they are speaking to. Learn how to use different expressions based on who you are talking to, such as family and friends; company coworkers and acquaintances who are not friends; and teachers, bosses, seniors, older people, and work customers.

　　日语初级学习告一段落后，不能顺利地进入中级的大有人在。有长进的人越来越有进步，顺利地进入中级及上级。可是，原地踏步的人，很难再从初级往上进展。那么，怎样才能着实地提高日语水平，在此归纳几个重点。

● **掌握初级语法**

　　确认语法及句型在句中的意思及所起的作用。特别是助词的意思·机能及动词·形容词的活用形等。要牢牢掌握初级基础知识。

● **理解日语的特征**

　　日语里以主语为中心的人称代名词及宾语等相关的各种词语常被省略，顺序也排列自由。在做读解练习中渐渐会习惯这种特征，要弄清楚「谁？」「给谁？」「把什么？」等等。

● **弄清构句及修饰关系来提高阅读能力**

　　随着水平的提高，构句也变得复杂起来，修饰的部分也会变长。通过读解练习来提高理解句子的构造及名词修饰等修饰关系的能力。首先，抓住句子的构成要素很关键。日语跟英语不同，词语与词语之间不标有界限。要习惯这一特征在词语和词语之间用"／"来区分，可以做一些句子的分解练习。

● **弄清「こそあど」来提高阅读能力**

　　长话中指示词的使用会增多，这些指示词都是理解内容的关键，所以要牢牢抓住「これ·それ·あれ·どれ」「こんな·そんな·あんな·どんな」「こういう·そういう·ああいう·どういう」等所指的内容。

● **增强接续词的表现**

　　无论是文章还是会话中，要将文章及会话持续下去的话，接续表现很关键。除了记住接续词外，还要记住与话题进展相关的副词及句型，还有会话的回应表现也要一一记住。

● **增加词汇量**

　　不要分散地记，要将与场面及主题相关的词及同义词・反义词一起记。同时也要留意并记住在表达中经常与那个词一起使用的词语。

● **加强汉字的认知**

　　到了中级，汉字熟语会增多，努力记住汉字是非常有必要的。通过汉字的意思来有效地提高词汇量。

● **记住词语的使用**

　　日语中根据跟对方的关系而使用不同的词语表现。根据对方是「家人・朋友」「公司的同事・（不是朋友）认识的人」「老师・上司・前辈・年岁大的人・（工作上的）客人」等的不同来区分其词语的使用表现。

Hãy nắm vững kiến thức sơ cấp để chuyển sang bước tiếp theo!

Nhiều người học sau khi học hết một lượt kiến thức sơ cấp đã không thể thuận lợi tiến sâu vào để học lên trình độ trung cấp được. Những người học hành tiến bộ cứ thế tiến bộ đi hết qua trung cấp rồi tiến lên cao cấp nhưng những người dậm chân tại chỗ thì mãi vẫn không thể bước qua khỏi được mức sơ cấp. Vậy phải làm thế nào để có thể nâng cao trình độ một cách vững chắc? Ta hãy cùng sắp xếp lại những điểm quan trọng cần lưu ý nhé!

● **Nắm vững ngữ pháp sơ cấp**

Hãy thường xuyên kiểm tra ý nghĩa và vai trò của ngữ pháp và mẫu câu trong các câu thực tế. Đặc biệt, hãy nắm vững các kiến thức cơ bản của trình độ sơ cấp như ý nghĩa, chức năng của trợ từ, các dạng Katsuyo-biến đổi của động từ, tính từ v.v…

● **Hiểu đặc trưng của tiếng Nhật**

Trong tiếng Nhật, nhiều từ được lược bỏ như các đại từ chỉ người điển hình là chủ ngữ, tân ngữ v.v… Trình tự các từ trong câu cũng khá tự do. Vừa luyện đọc hiểu vừa cố làm quen với đặc trưng ấy để có thể nắm rõ "Ai đã thực hiện" "Thực hiện cho ai" "Thực hiện cái gì" v.v…

● **Nâng cao năng lực đọc hiểu cấu trúc câu và mối quan hệ bổ nghĩa**

Khi trình độ dần nâng cao thì cấu trúc câu cũng trở nên phức tạp hơn, phần bổ nghĩa cũng dài hơn. Hãy thông qua việc luyện tập đọc hiểu để nâng cao năng lực đọc hiểu cấu trúc câu và các mối quan hệ bổ nghĩa như bổ nghĩa cho danh từ v.v…Để đạt được điều đó trước hết cần nắm được các yếu tố cấu thành nên câu. Tiếng Nhật khác với tiếng Anh v.v…không viết rời từng từ trong câu. Để làm quen với điều đó cần luyện tập phân tách câu ví dụ như thêm dấu "/" giữa từ với từ v.v…

● **Nâng cao năng lực nắm vững chỉ thị từ 「こそあど」**

Khi câu chuyện dài ra thì tần suất sử dụng chỉ thị từ cũng tăng lên. Hãy nắm vững nội dung mà các từ 「これ・それ・あれ・どれ」「こんな・そんな・あんな・どんな」「こういう・そういう・あ ああいう・どういう」 biểu đạt vì chúng sẽ là chìa khóa để ta hiểu nội dung.

● Hiểu rõ hơn các các biểu đạt kết nối.

Trong văn bản hay trong hội thoại thì các biểu đạt kết nối cũng trở thành điểm nhấn để kéo dài nội dung. Ngoài các từ kết nối hãy nhớ từng trạng từ, mẫu câu và các biểu hiện đối ứng trong hội thoại liên quan đến việc triển khai mạch truyện.

● Tăng vốn từ

Thay vì nhớ từng từ rời rạc, hãy cố gắng nhớ các từ gắn với bối cảnh liên quan hay chủ đề liên quan, hay nhớ các từ gần nghĩa, trái nghĩa. Ngoài ra, hãy chú ý đến các từ thường đi cùng nhau trong các các nói và nhớ đồng thời chúng.

● Nắm kĩ hơn chữ Hán

Sang đến trình độ trung cấp số lượng cụm chữ Hán sẽ tăng lên. Để nhớ được chữ Hán cần chăm chỉ nỗ lực nhưng nếu cố gắng nhớ được chữ Hán năng lực nhớ từ cũng sẽ được nâng cao một cách hiệu quả.

● Hãy nhớ cách dùng từ

Trong tiếng Nhật, cách dùng từ thay đổi khá nhiều tùy thuộc vào mối quan hệ với đối phương. Hãy lưu ý để có thể phân biệt được cách dùng các lối diễn đạt tùy vào đối phương khác nhau ví dụ như "Gia đình – bạn bè", "Đồng nghiệp – người quen (không phải bạn bè", "Thầy cô – cấp trên- anh chị khóa trên – người lớn tuổi hơn – khách hàng (trong công việc)" v.v…

PART 1

実践！ 読解トレーニング
（じっせん）（どっかい）
文章編
（ぶんしょうへん）

Try it for Real! Reading Comprehension Training
Composition Section

实践！ 读解训练
文章篇

Thực tiễn! Luyện tập đọc hiểu
Phần Đoạn văn

Lesson

1 旅行先からの絵はがき
りょこうさき　　え

A Travel Postcard ／旅行中寄的明信片／Bưu thiếp từ nơi đi du lịch

Grammar Target

◆ 〜ほど

◆ 〜の話では
　　　　はなし

◆ 〜ということだ

いま、山の中の温泉に来ています。❶旅館のそばを流れる川の音が聞こえるだけで、とても静かで、ついねむくなるほどです。晩ごはんには、その川でとれた魚のてんぷらや、山でとれたキノコのみそ汁など、いろいろな料理が出ました。どれもおいしかったです。紅葉の季節には、山全体が真っ赤になるそうです。❷旅館の人の話では、前はお年寄りの客が多かったけれど、このごろは若い人が増えて、時には、若い人の方が多いくらいだということです。

Vocabulary

- □ 温泉：hot spring／温泉／Suối nước nóng
- □ 流れる：to flow／流程／Chảy
- □ とる［魚を］：catch／捕捉／Bắt
- □ とる［キノコを］：gather, pick／采／Lấy, hái
- □ てんぷら：Tempura／天妇罗／Tempura
- □ 紅葉：autumn leaves／秋天的树叶／Lá đỏ
- □ 全体：whole／整个／Toàn bộ
- □ 真っ赤：bright red／明亮的红色／Đỏ rực
- □ 年寄り：old people／老人们／Người già

〜ほど　so much that 〜／没有〜／Đến mức

E I express it by the extreme example that the degree is high.

C 我用一个极端的例子来表达，程度很高。　**V** Thể hiện mức độ bằng một ví dụ cực đoan.

EX1 この論文は難しくて、途中で読むのをやめたくなる**ほど**です。
（This essay is difficult, so much so that it makes me want to stop reading partway through.／这篇论文很难，看了一半有点儿不想看了。／Luận văn này khó đến mức tôi phải dừng đọc giữa chừng.）

EX2 一日中働いたので、疲れて、もう歩けない**ほど**です。
（I worked all day and now I am tired, so much so that I can no longer walk.／工作了一天，太累了，已经走不动了。／Vì tôi đã làm việc cả ngày nên tôi mệt đến mức không thể đi bộ được.）

〜の話では　according to〜／在〜话里／Theo như 〜 thì
　　はなし

E It indicates the information source. 「〜の話によると」 is a similar expression.

C 指出信息来源。「〜の話によると」是一个类似的表达。

V Theo một nguồn thông tin nào đó. Giống với cách nói " 〜の話によると ".

EX 友達の話では、チケットはまだ残っているようです。
（According to my friends, there still seem to be tickets left.／朋友说票好像还有剩余。／Theo như lời của bạn tôi thì vẫn còn vé.）

🔑 ～ということだ　they say that ～／就是～／Theo như ～ thì

E It conveys what I got from information such as people's stories and what I read.

C 我会告诉你我从人们的故事和读到的信息中得到了什么。

V Cung cấp thông tin nghe được từ người khác hoặc đọc được từ đâu đó.

> **EX1** 旅館の人の話では、ここは夏でも寒い日がある**ということです**。
> （According to someone at the ryokan, there are days here when it is cold even in the summer.／旅馆的人说这里即使夏天也有冷的时候。／"Theo như lời của người ở khách sạn kiểu Nhật thì ở đây vào mùa hè cũng có ngày lạnh."）
>
> **EX2** けさのニュースでは、きのう有名な作家が亡くなった**ということです**。
> （During today's news, they said that a famous author passed away yesterday.／今早的新闻说昨天的一位有名的作家去世了。／"Theo như tin tức buổi sáng thì hôm qua nhà văn nổi tiếng đã qua đời."）

🔍 Focus on the Structure

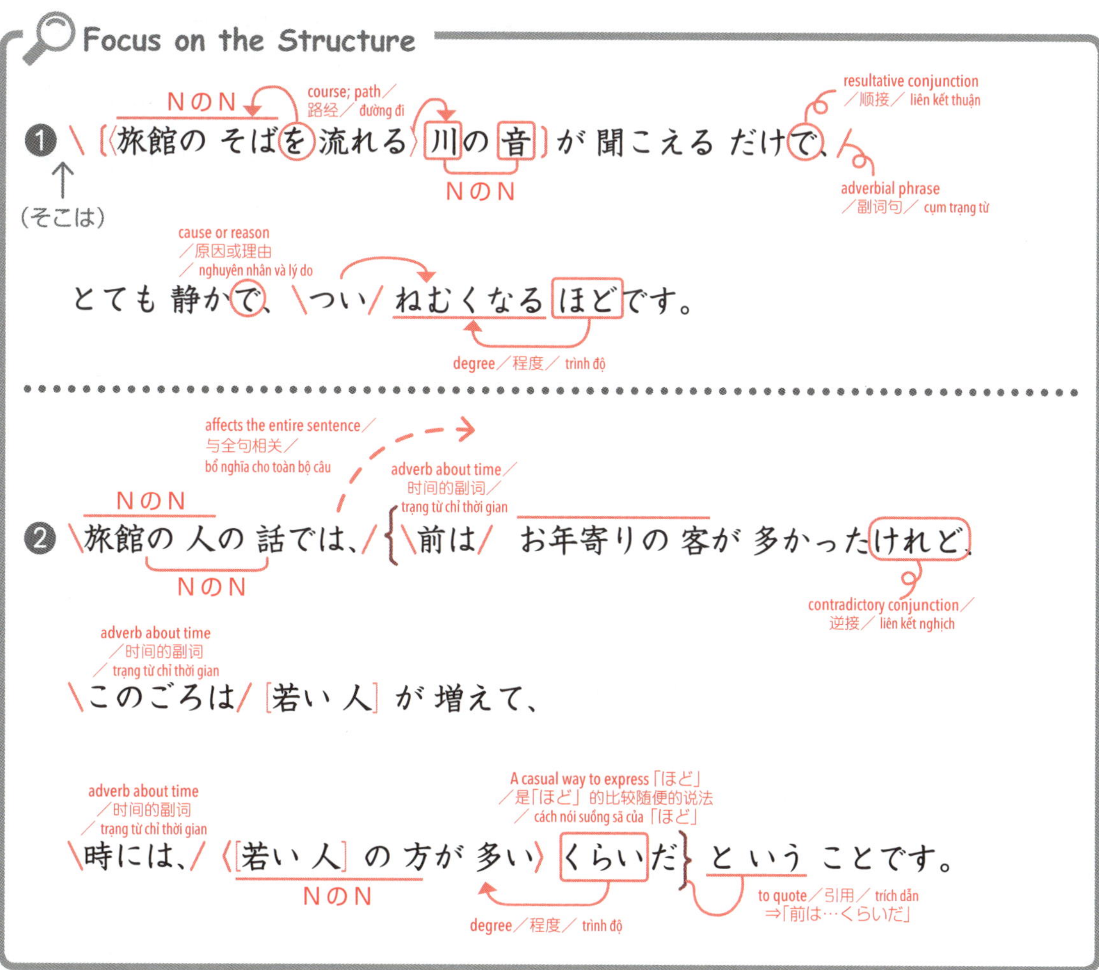

CHECK

Q1 「その」は何を指していますか。

Q2 筆者が一番伝えたいことは何ですか。

　　a. いい旅館であること　　　　b. 若い人でも温泉を楽しめること

Lesson

② 今日の出来事①〜おもてなし
きょう　で　き　ごと

What Happened Today ①：Hospitality
／今天发生的事①〜款待／Chuyện ngày hôm nay ① 〜 Tiếp đãi Omotenashi

今日はワンさんの妹さんが国から遊びに来ていたので、東京を案内してあげた。妹さんは日本のファッションに興味があって、将来、日本に留学したいらしい。今回が初の来日だが、彼女は、いわゆる観光名所ではなく、服やくつの店ばかり行きたがった。★私には何が楽しいのか、わからなかったが、喜んでくれていたのでよかった。彼女が国に帰る前に、ファッション関係の雑誌をいろいろ買って、プレゼントしようと思っている。

Vocabulary

□ 名所：有名なところ。

□ ファッション：fashion／时装／thời trang

🔑 〜てあげる　〜 for (you) ／为〜做〜／Làm gì đó cho ai

E Indicates that the speaker is doing something for someone else.
　*Not frequently used for those superior to oneself.
C 表示话者为谁做什么。※ 对年长的人不用。
V Là cách nói thể hiện người nói làm gì đó cho ai. ※ Không dùng cho người lớn tuổi hơn

EX1 赤ちゃんが寒そうだったので、毛布をかけ**てあげた**。
(The baby looked cold, so I covered her with a blanket for her.／宝宝好像有点冷，给他盖上了毯子。／ Trông em bé có vẻ lạnh nên tôi gấp chăn cho em.)

EX2 昨日、ワンさんの引っ越しを手伝っ**てあげた**。
(Yesterday, I went and helped Wang-san move.／昨天帮小王搬家了。／ Hôm qua tôi giúp cho anh Wang chuyển nhà.)

🔑 〜らしい　Seems like 〜／好像〜／Có vẻ như

E An expression that makes an indirect judgment about something based on hearsay or conjecture.
C 是基于传闻及推测而委婉地判断的表现。
V Cách nói khẳng định xa xôi dựa trên điều nghe được hoặc phán đoán.

EX1 ニュースによると、来月、新しいスマホが発売される**らしい**。
(According to the news, it seems that a new smartphone will be released next month.／据新闻报道，下个月好像要出售新智能手机。／ Theo tin thời sự thì có vẻ như tháng sau loại điện thoại mới sẽ được bán.)

EX2 あの店はかなりおいしい**らしく**、いつも行列ができている。
(It seems that store is quite tasty, there is always a line formed outside.／那家店好像很好吃，总是排长长的队。／ Quán ấy có vẻ ngon nên lúc nào cũng xếp hàng dài.)

🔑 ～ばかり V　Nothing but V-ing／只 V～／V Toàn ～

🇪 Indicates that the same thing is being done multiple times or that there are many of the same thing.

🇨 表示同一件事做好几次及有很多同样的东西。　🇻 Chỉ một việc làm nhiều lần hoặc có nhiều chỉ một thứ.

EX1 テレビばかり見ていないで、勉強しなさい！
（Stop doing nothing but watching TV and study!／别光看电视，该学习了！／Đừng chỉ toàn xem tivi nữa, học đi!）

EX2 この辺はビルばかり建っていて、公園などはない。
（There's nothing but buildings around here, and there are no parks or the like.／这周围建了很多大楼，没有公园什么的。／Quanh đây chỉ toàn xây nhà cao tầng, không có công viên.）

🔑 〈疑問詞〉 ～のか　A questioning expression／〈疑问词〉～／từ để hỏi ～のか

🇪 An expression that combines two sentences such as "What is fun about that? I don't understand." Into one sentence.

🇨 是把像「不知道什么地方有趣。」这样的两个句子并成一个句子的表现。

🇻 Là cách nói ghép 2 câu "Cái gì vui. Tôi không biết" lại thành một câu.

EX1 明日、何時に行けばいいのか、電話で聞いてみた。
（I asked by phone when I should go tomorrow.／打电话问了一下明天几点去好。／Tôi gọi điện hỏi ngày mai nên đi mấy giờ.）

EX2 この服をどこで買ったのか忘れたが、気に入っている。
（I forgot where I bought these clothes, but I like them.／忘了这件衣服是在哪里买的了，不过很称心。／Tôi quên mất mua bộ quần áo này ở đâu nhưng tôi rất thích nó.）

🔑 ～（よ）うと思っている　Thinking of ～／想要～／định

🇪 Indicates plans or intentions that the speaker continues to hold for a given period. A similar expression to「～つもりだ」.

🇨 表示话者在一定期间持续的预定及意志，与「～つもりだ」相似。

🇻 Thể hiện ý chí hoặc dự định trong một khoảng thời gian nhất định của người nói. Giống với cách nói「～つもりだ」.

EX1 今度の花火大会で浴衣を着ようと思っている。
（I am thinking of wearing a yukata to the next fireworks display.／想穿浴衣去看这次烟花大会。／Tôi định mặc áo Yukata cho lễ hội pháo hoa tới.）

EX2 子どもたちが大きくなったら、妻と二人で田舎に住もうと思っている。
（I am thinking of living together with my wife in the countryside when our children get older.／孩子们大了后，想跟妻子去乡下住。／Tôi định sẽ sống ở nông thôn với vợ khi các con đã lớn.）

🔍 Focus on the Structure

（彼女が）
abbreviation／省略／lược bỏ
attach to the subject／附加到主语／đính kèm chủ đề
adverbial clause／副词节／mệnh đề trạng từ

★ ［私には〈何が楽しいのか〉、わからなかったが、］

reason／理由／lí do
contradictory conjunction／逆接／liên kết nghịch

喜んでくれていたのでよかった。
omitting a subject／主语的省略／lược bỏ chủ ngữ

～てくれる＋～ている

📘 Aに（は）B が V　V＝見える、聞こえる、できる、わかる など

CHECK

Q　筆者は何をしましたか。　　a．雑誌を買った　　b．服の店に一緒に行った

Lesson

③ 現代社会①〜ノーベル賞
げんだいしゃかい　　　　　　しょう

Modern Society ①: The Nobel Prize
／现代社会①〜诺贝尔奖／ Xã hội hiện đại ①〜 Giải Nobel

Grammar Target
◆ 〜に対する
たい
◆ 〜において

今年のノーベル賞の受賞者が発表になったが、昨年に続いて、女性の
ことし　　　　　　　　しょう　じゅしょうしゃ　はっぴょう　　　　　　　　さくねん　つづ　　　　　じょせい
受賞はゼロだった。ノーベル賞は 1901 年から 2017 年までの間に、世
じゅしょう　　　　　　　　　　　　しょう　　　　　　　ねん　　　　　　　ねん　　　　あいだ　　せ
界の 923 の個人や団体に贈られているが、そのうち、女性に対するも
かい　　　　　　こじん　だんたい　おく　　　　　　　　　　　　　じょせい　たい
のはわずか 48 だ。やや意外な感じがする。★今日、社会のさまざまな職
いがい　かん　　　　　　こんにち　しゃかい　　　　　　　　しょく
場で女性が活躍するようになったが、科学研究の分野においてはまだま
ば　じょせい　かつやく　　　　　　　　　　　かがくけんきゅう　ぶんや
だこれから、というのが現状のようだ。
げんじょう

Vocabulary

□ ノーベル賞：Nobel Prize／诺贝尔奖／ Giải Nobel
しょう

□ 発表（する）：(to) announce／发表／ Phát biểu
はっぴょう

□ 昨年：last year／去年／ Năm ngoái
さくねん

□ 続く：continue／继续／ Tiếp diễn, tiếp tục
つづ

□ ゼロ：zero／零／ Không, số không

□ 個人：individual／个人／ Cá nhân
こじん

□ 団体：group／团体／ Đoàn thể
だんたい

□ 贈る：give; present／赠与／ Gửi
おく

□ 意外（な）：surprising／意外／ Bất ngờ
いがい

□ 職場：workplace／职场／ Chỗ làm
しょくば

□ 活躍（する）：(to be) very active／活跃／ Hoạt động
かつやく

□ 科学：science／科学／ Khoa học
かがく

□ 研究（する）：(to) study／研究／ học tập
けんきゅう

□ 分野：field／领域／ Lĩnh vực
ぶんや

□ 現状：現在の状態。
げんじょう　　げんざい　じょうたい

🔑 〜に対する　Regarding ~; Concerning ~／对于〜／ Cho, dành cho, về
たい

E An expression that indicates the target of actions such as "giving."

C 表示赠与等行为的对象。

V Cách nói chỉ đối tượng của các hành động như "tặng quà"

EX1 ホームページで、商品に対する質問を受け付けている。
しょうひん　たい　　　しつもん　う　つ
（We take questions regarding our products on our website.／网页上可以对商品进行提问。／ Chúng tôi tiếp nhận các câu hỏi về sản phẩm tại trang điện tử.）

EX2 森先生は、遅刻した学生に対して厳しく注意する。
もりせんせい　　　ちこく　　がくせい　たい　　きび　ちゅうい
（ Mori-sensei sternly warns his late students.／森老师对迟到的学生给予严厉的警告。／ Thầy Mori nhắc nhở nghiêm khắc các học sinh đi muộn.）

🔑 ～において　In~; At~; As for~／在～／Trên, trong (phạm vi)

E While it means "Within a certain scope or area" and is used in the same way as「～で」, it is an expression used more in written language.

C 有「在某个范围及地区中」的意思，与「～で」相同，是书写用语的表现。

V Mang ý nghĩa "Trong phạm vi hay vùng nào đó", có cùng ý nghĩa với「～で」nhưng đây là cách nói dùng trong văn viết.

EX1 この問題の研究においては、高橋先生ほど有名な人はいない。
(In research on this problem, there is no one more famous than Takahashi-sensei／在这个问题的研究上，没有比高桥老师更有名的人了。／Trên lĩnh vực nghiên cứu vấn đề này không ai nổi tiếng hơn thầy Takahashi.)

EX2 地方の多くの都市においては、人口の減少が大きな問題になっている。
(In many regional cities, a shrinking population is becoming a major problem.／在地方的许多城市里，人口减少是个很大的问题。／Việc dân số giảm đang là vấn đề nghiêm trọng tại nhiều đô thị ở địa phương.)

🔍 Focus on the Structure

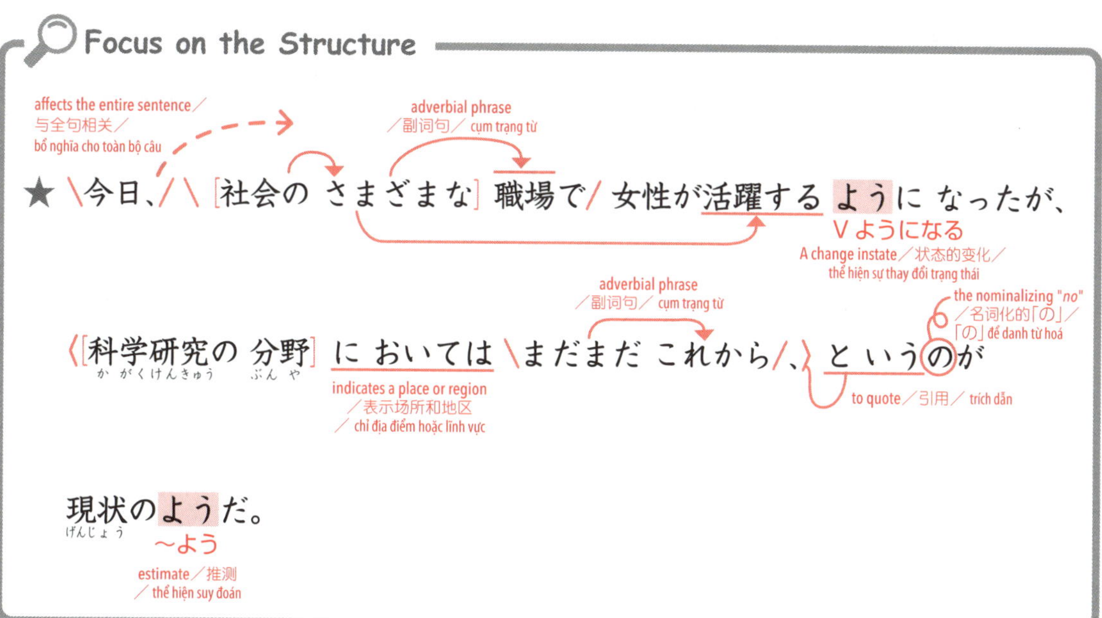

CHECK

Q1 何が意外だったか。

 a. 女性の受賞者がゼロだったこと b. 女性の受賞者が少ないこと

Q2 女性の活躍について、筆者はどう考えているか。

 a. すべての分野で活躍している b. 科学の分野では十分ではない

Lesson

4 日々の生活から①〜携帯電話
ひび せいかつ けいたいでんわ

Daily Living ① : Cellular Phones
／日常生活①〜 手机／ Từ cuộc sống hàng ngày ① 〜 Điện thoại di động

Grammar Target

◆〜（さ）せられる

携帯電話は生活を便利にしたが、場合によっては、迷惑な存在になり得る。道で前を歩いている人が急に大声で話し始めたり、笑いだしたりして、びっくりさせられたことがある。電車の中や喫茶店、病院の待合室など、閉じられた空間で突然、電話の音が鳴り響いたときも、<u>そうだ</u>。病院や映画館など、場所によっては完全にマナー違反の場合もある。

　★「いつでも連絡できる」ということは、「自由」を与えられたことになるのかもしれないが、一方で、「いつでも連絡される」という意味では、「自由」を奪われたのかもしれない。世の中がどんどん忙しくなると感じながら、そんなふうにも思うのだ。

Vocabulary

□ 携帯電話：mobile phone／手机／ Điện thoại di động
けいたいでんわ

□ 待合室：waiting room／候客室／ Phòng chờ
まちあいしつ

□ 閉じる：close／关闭／ Đóng (cửa v.v...)
と

□ 空間：space／空间／ Không gian
くうかん

□ 連絡（する）：(to) contact／联系／ Liên lạc
れんらく

□ 自由：free／自由／ Tự do
じゆう

□ 鳴る：ring／响、叫／ Reo, đổ chuông
な

□ 響く：reverberate／响、声响／ Vang vọng lại, âm vang
ひび

□ 完全に：completely／完全／ Một cách hoàn toàn
かんぜん

□ マナー：manners／礼节／ Phép lịch sự

□ 違反（する）：(to) violate／违反／ Vi phạm
いはん

□ 与える：give／给予／ Cho, cấp, gây (ảnh hưởng)
あた

□ 奪う take (by force)／剥夺／ Cướp
うば

🔑 〜（さ）せられる　To be made to do~ ／让（被）〜／Bị bắt phải làm gì đó => Không khỏi (cảm thấy) ~~

Ⓔ Created by taking the 「させる」 causative form and adding the 「られる」 passive to it. 「びっくりさせられる」 refers to the same events as 「びっくりする」, but using 「〜させられる」 adds a sense of unexpectedness.

Ⓒ 是「させる」使役式加被动式「られる」的表现。「びっくりさせられる」与「びっくりする」实际上是相同的意思，只是用「〜させられる」，含有一种意外的感觉。

Ⓥ Phần 「られる」 của câu bị động được gắn vào phía sau 「させる」 của mẫu câu sai khiến. Câu 「びっくりさせられる」 (Bị làm cho giật mình) thể hiện cùng một sự việc giống như 「びっくりする」 (giật mình) nhưng khi thêm phần 「〜させられる」 sẽ thêm cảm bất ngờ ngoài ý muốn.

> **EX1** 青木さんのまじめなことには、みんな感心させられている。
> （Aoki-san's seriousness makes everyone admire him.／大家都非常佩服青木的认真劲儿。／ Mọi người không khỏi thán phục trước sự cần cù của anh Aoki.）
>
> **EX2** 山の上から見た景色の美しさには、感動させられました。
> （The beauty of the scenery I saw at the top of the mountain caused me to be moved.／从山上看到的美景真让人感动。／ Không thể không cảm động trước vẻ đẹp của cảnh nhìn từ trên núi.）

🔍 Focus on the Structure

★ 「＼いつでも／連絡できる」 という ことは、〈「自由」を 与えられた〉 こと

- to quote／引用／ trích dẫn
- target; object／対象／ đối tượng
- Passive Form／被动形／ Dạng bị động

に なる の かもしれないが、《一方で、》

- contrast／对比／ so sánh, đối chiếu

＼「いつでも 連絡される」 という 意味では、／

- adverbial phrase／副词句／ cụm trạng từ
- Passive Form／被动形／ Dạng bị động
- to quote／引用／ trích dẫn

「自由」を 奪われた の かもしれない。

- target; object／对象／ đối tượng
- Passive Form／被动形／ Dạng bị động
- Understanding or being convinced of a situation／事情的理解・信服／ nắm bắt hoặc hiểu rõ sự tinh

---

CHECK

Q1 「そう」 は何を指すか。

   a. 生活を便利にした　　　b. びっくりさせられた

Q2 筆者が最も言いたいことは何か。

Lesson 5 お礼の手紙
れい　　てがみ

A Letter of Gratitude ／答谢信／ Thư cám ơn

　ご家族の皆さんはお元気ですか。先日は、ホームステイをさせてくだ
さり、ありがとうございました。❶2週間という短い期間でしたが、貴
重な体験をすることができました。いろいろな人と会い、地方の文化に
も触れました。❷何より、皆さんと一緒に過ごした時間が、驚きと感動
の連続でした。特に、お母さんが作ってくれた料理はいつも本当におい
しかったです。さっそく、教わったとおりに一つ作ってみました。お母
さんほど上手ではありませんが、おいしかったです。今度は私が国の料
理を紹介できるように練習しておきます。ぜひ、ご家族で東京へ遊びに
来てください。また会えるのを楽しみにしています。

Vocabulary

- □ 貴重（な）： valuable ／贵重的／ quý giá, quý báu
- □ 体験（する）： (to) experience ／体验／ trải nghiệm
- □ 地方： locality; countryside ／地方／ địa phương
- □ 過ごす： spend ／过／ trải qua
- □ 驚き： surprise ／惊讶／ ngạc nhiên
- □ 感動（する）： (to be) moved ／感动／ cảm động
- □ 触れる： touch; contact ／接触／ chạm vào, tiếp xúc
- □ 何より： more than anything ／比什么更／ hơn hết, hơn bất cứ thứ gì
- □ 連続（する）： (to) continue ／连续／ liên tục

🔑 ～（さ）せてくれる（くださる）　Let me～／请让～／ ho～

E By combining a causative and「～てくれる」, feelings of gratitude for permission are displayed.

C 使役表现与「～てくれる」的结合，表示对许可的感谢。

V Kết hợp cách nói cho khiến và " ～てくれる " để thể hiện ý cảm tạ.

EX1　「熱があるかもしれません」と言うと、店長は早めに帰らせてくれた。
(When I said "I may have a fever," the store manager let me go home early. ／一说「也许发烧」，店长就让我早点儿回去了。／ Khi tôi nói "Chắc tôi bị sốt rồi" thì quản lí cửa hàng cho tôi về sớm.)

EX2　留学させてくれたことを親に感謝しています。
(I am grateful to my parents for letting me study abroad. ／感谢让我去留学的父母。／ Tôi thực sự biết ơn cha mẹ vì đã cho tôi đi du học.)

🔑 ～とおり（に）　According to~; Just as~／如同～／Đúng như～

E Indicates that something is done the same way it was promised / planned / explained.

C 表示与约定・预定・说明等完全相同的意思。

V Thể hiện ý nghĩa làm đúng như đã hẹn, dự định, hướng dẫn.

EX1 先週決めた**とおりに**、会議は６時から行います。
せんしゅう き　　　　　　　　　　　　かい ぎ　　　じ　　　おこな
（ Just as we decided last week, the meeting will begin at 6.／按上周定的，会议从６点开始。／ Cuộc họp sẽ diễn ra từ 6 giờ đúng như đã quyết tuần trước）

EX2 先輩に聞いていた**とおり**、石川先生の試験は難しかった。
せんぱい　き　　　　　　　　　　いしかわせんせい　　しけん　　むずか
（Just as my senior said, Ishikawa-sensei's tests were hard.／跟从前辈那儿听到的一样，石川老师的考试很难。／ Đúng như tôi đã nghe từ anh lớp trên, bài thi của thầy Ishikawa không khó.）

🔑 Aは Bほど～ない　A is not as ~ as B／A没有 B～／A không đến mức ～ như B

E Used when comparing A and B to take B as the standard and indicate that A is not as high in degree as B.

C A 和 B 比较时，以 B 为标准，表示 A 比 B 程度轻。

V Khi so sánh A với B, B được coi là tiêu chuẩn thì A có mức độ nhẹ hơn B.

EX1 昼の電車は、朝**ほど**込んで**ない**。
ひる　でんしゃ　　　あさ　　　こ
（Trains in the afternoon are not as crowded as they are in the morning.／白天的电车没有早上那么拥挤。／ Tàu điện buổi trưa không đông bằng buổi sáng.）

EX2 今年の冬は去年**ほど**寒く**ない**。
ことし　ふゆ　きょねん　　　さむ
（This winter is not as cold as last year's.／今年冬天没有去年冷。／ Mùa đông năm nay không lạnh bằng năm ngoái.）

🔍 Focus on the Structure

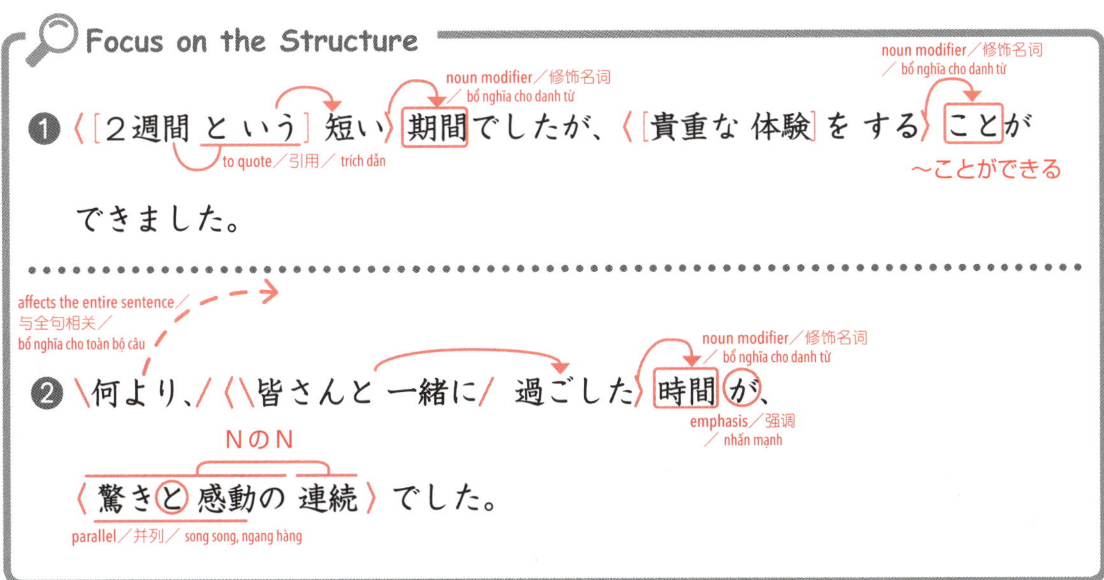

❶ 〈［２週間 と いう］短い 期間〉でしたが、〈［貴重な 体験］を する〉ことが
（to quote／引用／trích dẫn）（noun modifier／修饰名词／bổ nghĩa cho danh từ）（noun modifier／修饰名词／bổ nghĩa cho danh từ）（～ことができる）

できました。

❷ 何より、〈〈皆さんと 一緒に〉過ごした 時間〉が、
（affects the entire sentence／与全句相关／bổ nghĩa cho toàn bộ câu）（noun modifier／修饰名词／bổ nghĩa cho danh từ）（emphasis／强调／nhấn mạnh）

〈驚き と 感動の 連続〉でした。
（NのN）（parallel／并列／song song, ngang hàng）

CHECK

Q1 誰に書いた手紙ですか。
　　　だれ　か　　てがみ

Q2 つぎはどこで会いたいと言っていますか。
　　　　　　　　あ　　　　　い

　　a. 東京　　　　　　b. 私の国
　　　とうきょう　　　　　わたし　くに

Lesson

6 おわびのメール

An E-mail of Apology ／道歉电子邮件／ Thư xin lỗi

❶田中さん、実は、この間貸してくれた昔の雑誌のことで、おわびしなければなりません。おもしろいから、ずっと読んでいて、昨日も、出かけるときに持っていきました。❷そして、かばんの中から取ろうとした時、うっかりして、1ページ、上の方を少し破いてしまったんです。セロテープをはりましたが……。これから古本屋で同じ本を探せるだけ探してみます。見つかればいいんですが……。ごめんなさい。

Vocabulary

- □ 実は ： in truth ／实际上／ Thực ra
- □ わびる ： apologize ／道歉／ Xin lỗi
- □ うっかり ： carelessly ／不小心／ nhỡ, chẳng may
- □ 破く ： break ／破／ làm rách, xé
- □ セロ（ハン）テープ ： cellophane tape ／透明胶带／ băng dính
- □ 古本屋 ： used book store ／旧书店／ cửa hàng sách cũ
- □ 探す ： search for ／找／ tìm
- □ 見つかる ： find ／找到／ tìm thấy

🔑 〜うとする　As (I) was trying to 〜／正要〜／ Định

- **E** 「取ろうとする」 means that the action 「取る」 was just starting.
- **C** 「取ろうとする」 是 「取る」 这一动作已经开始。
- **V** 「取ろうとする」 thể hiện sự bắt đầu động tác 「取る」.

EX1 家を出ようとした時、電話が鳴りました。
(As I was trying to leave home, the phone rang. ／要出门的时候电话响了。／ Tôi định ra khỏi nhà thì điện thoại reo.)

EX2 電車から降りようとした時、ハンカチを落としました。
(As I was trying to get off the train, I dropped my handkerchief. ／从电车上要下车的时候，手绢掉了。／ Lúc tôi định xuống tàu thì đánh rơi khăn tay.)

🔑 〜だけ　〜as much as possible／尽〜／〜bao nhiêu thì … bấy nhiêu

E 「探せる」is the potential form of「探す」. The「だけ」in「探せるだけ」means to the greatest extent possible.

C 「探せる」是「探す」的可能形。「探せるだけ」的「だけ」是表示最大限度的极限。

V 「探せる」là dạng khả năng của「探す」.「だけ」trong「探せるだけ」thể hiện giới hạn tối đa.

EX1 うまくいくかどうか、わかりませんが、できる**だけ**、やってみます。

（I don't know if it will go well or not, but I will try as much as possible.／不知道是不是很顺利，尽可能去做。／Không biết có suôn sẻ hay không nhưng tôi sẽ làm hết sức có thể）

EX2 たくさんありますから、どうぞ食べたい**だけ**食べてください。

（There is a lot, so please go ahead and eat as much as you like.／有很多，想吃的就尽管吃吧。／Đồ ăn rất nhiều nên mời anh ăn được bao nhiêu tùy thích. ）

🔍 Focus on the Structure

affects the entire sentence／
与全句相关／
bổ nghĩa cho toàn bộ câu

NのN

❶ 田中さん、＼実は、／{（＼この間、／貸してくれた）［昔の 雑誌］の こと｝で

reason／理由／Lí do

おわびし**なければなりません**。
　　　　〜なければならない

adverbial clause about time／
时间的副词节／
mệnh đề trạng từ chỉ thời gian

❷ 《そして、》《［かばんの 中］から 取ろ**うと した** 時、》＼うっかりして、／
　　　　　　　　　　　　　　　〜うとする

＼1ページ、／［上の 方］を ＼少し／ 破い**てしまった**んです。
　　　　　target; object／　　　　　〜てしまう　　〜んです
　　　　　对象／đối tượng

CHECK

Q1 何を取ろうとしましたか。

Q2 何が見つかるといいですか。

Lesson 7 日々の生活から②〜予約
（ひび　せいかつ　　　　　よやく）

Daily Living ② : Reservations
／日常生活②〜预约／ XTừ cuộc sống hàng ngày ②〜 Đặt hẹn

何事についても、予約が必要な時代になった。乗り物や旅館などに予約が必要なことは当然だし、コンサートやスポーツの試合なども、予約がなかったら、混乱が起こるだろう。また、みんな忙しくなって、昔のように「近くに寄ったから」と、突然に人を訪問するのは、迷惑に思われるようになった。❶確かに、将来のことを予約しておくほうが無駄がなく、合理的である。最近では、生きている間に葬式を予約するケースもあるそうだ。どんな式にするか、誰に案内を送るか、決めておくという。❷早めに予約すると料金が割引になる「早割」のサービスまであるそうだ。

Vocabulary

☐ 混乱（する）：(to) get confusing／混乱／ nhầm lẫn
（こんらん）

☐ 将来 ：future／将来／ Tương lai
（しょうらい）

☐ 無駄 ：futility／浪费、无意义／ Lãng phí
（むだ）

☐ 合理的（な）) ：logical／合理的／ Hợp lý
（ごうりてき）

☐ 葬式 ：funeral／葬礼／ Đám tang
（そうしき）

☐ ケース ：case／场合／ Trường hợp

☐ 式 ：form／式／ Lễ 〜
（しき）

☐ 割引 ：discount／减价／ Giảm giá
（わりびき）

🔑 〜ようになる　Become so that 〜／成为〜／ Trở nên 〜

Ⓔ Expresses that circumstances have changed, creating a new condition.
Ⓒ 表示事情变成新的状态。
Ⓥ Thể hiện ý nghĩa tình hình thay đổi, sinh ra tình trạng mới.

EX1 よくその店に行くので、顔を覚えられる**ようになった**。
（みせ　い　　　　　　かお　おぼ）
(I often go to that store, so they began to remember my face.／因为经常去那家店，店里的人都认识我了。／ Vì tôi hay đi nhà hàng đó nên đã (trở nên) được nhớ mặt.)

EX2 この商品は、名前を変えたら、売れる**ようになった**。
（しょうひん　　なまえ　か　　　　　う）
(This product began to sell well once its name changed.／这个商品换了个名字就卖出去了。／ Sản phẩm này trở nên bán chạy sau khi đổi tên.)

🔑 〜まで　Even 〜／甚至、连〜／Còn 〜 đến tận 〜 , còn 〜đến cả 〜

E An expression used to express a high degree of something by giving an extreme example.

C 例举一个极端的例子，表示其程度之高。

V Mẫu câu đưa ra những ví dụ cực đoan để thể hiện mức độ cao.

EX1 彼は人の仕事まで手伝うから、いつも忙しい。
かれ　ひと　しごと　　てつだ　　　　　　　　いそが
(He even helps with other peoples' work, so he's always busy. ／他甚至连别人的工作都帮着做，总是很忙。／Anh ấy lúc nào cũng bận vì còn giúp đỡ đến tận việc của người khác.)

EX2 先生はとても優しくて、私の家族のことまで心配してくれた。
せんせい　　　　　　やさ　　　　　わたし　か ぞく　　　　　　しんぱい
(Sensei is very kind, she even worried about my family. ／老师很善良，就连我的家人都担心。／Thầy rất nhân hậu, thầy còn lo lắng đến cả gia đình tôi.)

🔍 Focus on the Structure

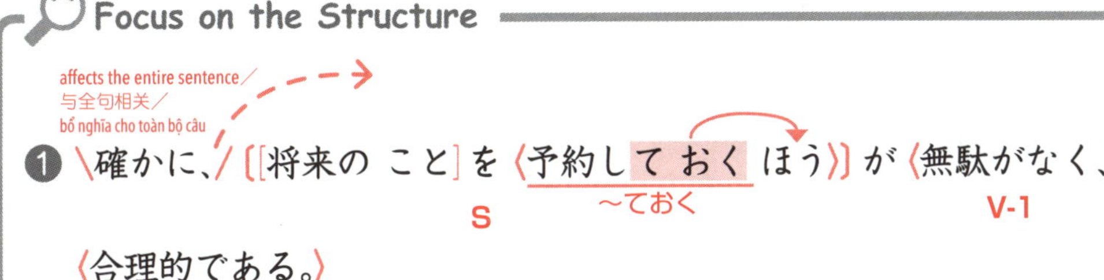

affects the entire sentence／
与全句相关／
bổ nghĩa cho toàn bộ câu

❶ ＼確かに、／[[将来の こと]を 〈予約して おく ほう〉] が 〈無駄がなく、〉
　　　　　　　　　　　　　　S　　～ておく　　　　　　　　　V-1
〈合理的である。〉
　　V-2

condition／条件／điều kiện　　　　　　　　　　　　　　　　N の N

❷ {〈早めに 予約すると〉〈料金が [割引に なる]〉} 「早割」の サービスまで
　　　　　　　　　　noun-modifying clause／名词修饰句
　　　　　　　　　／mệnh đề bổ nghĩa cho danh từ
ある そうだ。
　　～そう
hearsay／传说／nghe nói

CHECK

Q1 筆者が驚いた予約の例は次のどっちか。
ひっしゃ　おどろ　　よやく　れい　つぎ

　　a. 葬式　　　　　　　　　　b. 訪問
　　　そうしき　　　　　　　　　　ほうもん

Q2 この文章に合うタイトルはどれか。
　　　ぶんしょう　あ

　　a. 早めに予約しよう　　　b. さまざまな予約の方法　　　c. なんでも予約が必要
　　　はや　　よやく　　　　　　　　よやく　ほうほう　　　　　　　　よやく　ひつよう

Lesson

8 日本の文化①
にほん ぶんか

Japanese Culture ①／日本文化①／ Văn hóa Nhật Bản ①

Grammar Target

◆〜そうだ

◆〜らしい

★昔はお年寄りの趣味とされていた盆栽が、最近は、若者や外国人の間で人気があるという。都心のデパートや盆栽店で、一つ数千円という高価な盆栽が、外国人観光客に売れたりしている。日本の若者の間では、盆栽をインテリアとして楽しむ人が増えていて、値段も手頃な小型の盆栽が、10代から20代の女性を中心として売れているそうだ。女性たちは小型の盆栽について、「季節感があって、かわいい」と言っているらしい。この「季節感」と「かわいい」ことが、人気の秘密なのではないかと思われる。また、立派な庭を持つだけの経済的な豊かさがなくても、盆栽を持つことで、自分の庭を持ったような感覚になれるのかもしれない。

Vocabulary

□ （お）年寄り：elderly／老年人／ Người già
　としょ

□ 趣味：interest／兴趣／ Sở thích
　しゅみ

□ 盆栽：bonsai／盆栽／ Cây cảnh
　ぼんさい

□ 若者：young person／年轻人／ Giới trẻ, người trẻ
　わかもの

□ 都心：city center／首都中心／ Trung tâm đô thị
　としん

□ 高価（な）：expensive／高价／ Đắt, cao giá
　こうか

□ インテリア：interior／室内装饰／ Nội thất

□ 手頃（な）：affordable／容易接受的／ (Giá) phải chăng
　てごろ

□ 中心：central／中心／ Trung tâm
　ちゅうしん

□ 小型：small-sized／小型／ Cỡ nhỏ
　こがた

□ 〜感：〜を感じること。
　　かん

□ 秘密：secret／秘密／ Bí mật
　ひみつ

□ 立派（な）：grand／优秀的／ Tuyệt vời
　りっぱ

□ 豊かさ：richness／富足／ Sự phong phú, sung túc
　ゆた

□ 感覚：feeling／感觉／ Cảm giác, giác quan
　かんかく

🔑 〜そうだ　Seems like ~／听说／Nghe nói rằng ~

- ❸ An expression used to communicate information heard from one person to another. Used both in spoken and written language.
- ❻ 是把从别人那里得到的情报传达给别人的表现。口语和文章语都用。
- Ⓥ Cách nói khi truyền đạt lại thông tin nghe được từ người này cho người khác. Dùng được cho cả văn nói và văn viết.

> **EX1** このデパートでは、若者向けの商品に力を入れている**そうだ**。
> （It seems like this department store puts effort into products for young people.／听说这个百货商店的商品主要是以年轻人为主。／ Nghe nói bách hóa cao cấp này đầu tư nhiều vào các mặt hàng dành cho giới trẻ.）
>
> **EX2** さくらさんは、部屋に小さい花をたくさん置いている**そうです**。
> （It seems that Sakura-san has many small flowers in her room.／听说樱小姐的房间放了很多小花。／ Nghe nói chị Sakura đặt rất nhiều bông hoa nhỏ trong phòng. ）

🔑 〜らしい　Apparently ~／好像／Nghe đâu ~ thì phải

- ❸ An expression used to state a guess without definitely stating information or an opinion. Used both in spoken and written language.
- ❻ 没有确定其情报及意见，只是用推测的形式进行表现。口语和文章语都用。
- Ⓥ Cách nói thể hiện sự suy đoán khi không chắc về thông tin hay ý kiến. Dùng được cho cả văn nói và văn viết.

> **EX1** 山下先生は、来年、ほかの大学に移る**らしい**よ。
> （Apparently, Yamashita-sensei will be moving to another university next year.／山下老师明年好像要调到别的大学去。／ Nghe đâu thấy Yamashita năm sau sẽ chuyển sang trường đại học khác đấy!）
>
> **EX2** この商品、最近、売れている**らしい**です。
> （This product is apparently selling well recently.／这个商品最近好像很畅销。／ Nghe đâu mặt hàng này gần đây bán chạy lắm thì phải. ）

🔍 Focus on the Structure

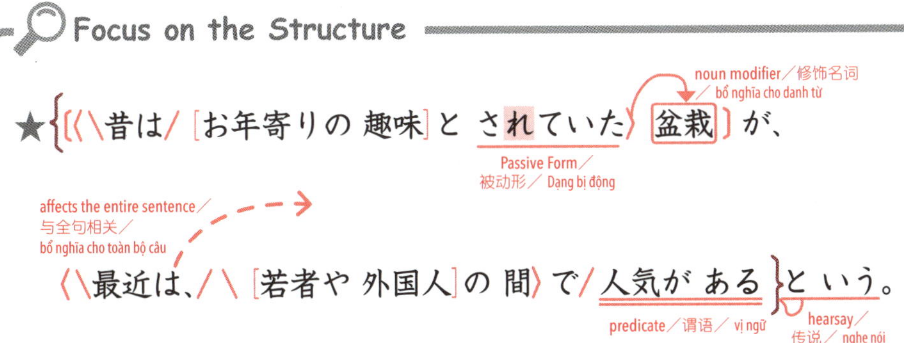

CHECK

Q1 若い女性がよく買うのは、どんな盆栽ですか。

　　a. 美しくて立派な盆栽　　　　b. 小さめの盆栽

Q2 この文章にタイトルをつけてください。

Lesson
⑨ 今日の出来事②〜スポーツ観戦
きょう　で　きごと　　　　　　　　　　かんせん
What Happened Today ② : Watching a Sporting Event
／今天发生的事②〜体育观战／ Chuyện ngày hôm nay ② 〜 Xem thi đấu thể thao

今日はサッカーの試合を見に行った。★サッカーが好きというわけではなく、あきらさんに前から誘われていたからだ。さくらさんも行きたがっていたが、アルバイトで行けなかったので、二人で行くことになった。生で試合を見るのは初めてだし、ルールもよくわかっていないのだが、周りの人と一緒に応援するのは、とても楽しかった。テレビで見たことのある有名な選手も何人かいて、その中に、さくらさんのお気に入りの選手もいた。写真を撮ってさくらさんにメールで送ったら、「いいけど、小さい。もっとアップの写真がいい」という返事が来た。しょうがないので、試合に夢中のあきらさんの写真を撮って、「ごめん、これなら撮れるんだけど……」と書いて送った。

*アップ：近づいて写真を撮ること。英語の close up から。

Vocabulary

□ サッカー ：soccer／足球／ Bóng đá

□ 誘う ：invite／邀请／ Mời

□ 生 ：raw; live／生的／ Sống (chưa nấu chín) , trực tiếp

□ 周り ：surroundings／周围／ Xung quanh

□ 一緒 ：together／一起／ Cùng nhau

□ 応援(する) ：(to) support／声援／ Cổ vũ

□ お気に入り ：favorite／称心／ Thích

□ (〜が) ほしい ：wants 〜／希望、想要／ Muốn có

□ 返事(する) ：(to) reply／回音／ Trả lời, hồi âm

🔑 ～というわけではない　Not like ~／不是因为～／Không phải là

🇪 An expression used to mean that something has not been done for a certain reason.

🇨 用于表示不是因为有明确的理的行为。

🇻 Được dùng với ý nghĩa là "Không phải vì có lý do gì rõ ràng nên mới làm việc đó".

EX1 必ず必要だというわけではないが、形がいいかばんなので、買ってしまった。
かなら　ひつよう　　　　　　　　　　　　　　　　　かたち　　　　　　　　　　　　　　か
（While it was not absolutely necessary, the bag had a good shape, and so I bought it.／不是一定需要，不过因为包的样子好看就买了。／ Tôi đã mua chiếc túi vì tuy không phải nhất thiết cần phải mua nhưng thấy hình dáng đẹp.）

EX2 特に野菜が嫌いというわけではないですが、肉の方が好きです。
とく　やさい　きら　　　　　　　　　　　　　　　にく　ほう　す
（ It's not like I particularly dislike vegetables, but I like meat.／不是因为特别不喜欢吃蔬菜，只是更喜欢吃肉。 ／ Không phải là tôi ghét rau nhưng tôi vẫn thích thịt hơn.）

🔑 ～がる　Want to～／想～／ Muốn ~, cảm thấy ~ (dùng cho ngôi thứ ba)

🇪 「～がる」is used to express the feelings or state of a third person. It is used similar to 〈私は寒い－彼は寒がる〉〈私は行きたい－彼は行きたがる〉.

🇨 表示第三人称人的心情及样子时使用。例如〈私は寒い－彼は寒がる〉〈私は行きたい－彼は行きたがる〉。

🇻 Khi thể hiện tình cảm hay trạng thái của ngôi thứ ba ta sử dụng mẫu câu「～がる」, ví dụ như〈私は寒い－彼は寒がる〉(Tôi lạnh – Anh ấy lạnh),〈私は行きたい－彼は行きたがる〉(Tôi muốn đi – Anh ấy muốn đi).

EX1 妹も日本語を勉強したがっています。
いもうと　にほんご　べんきょう
（My little sister wants to study Japanese.／妹妹也想学日语。／ Em gái tôi cũng muốn học tiếng Nhật.）

EX2 赤ちゃんはミルクをほしがっています。
あか
（The baby wants milk.／婴儿要喝奶。／ Em bé muốn uống sữa.）

🔍 Focus on the Structure

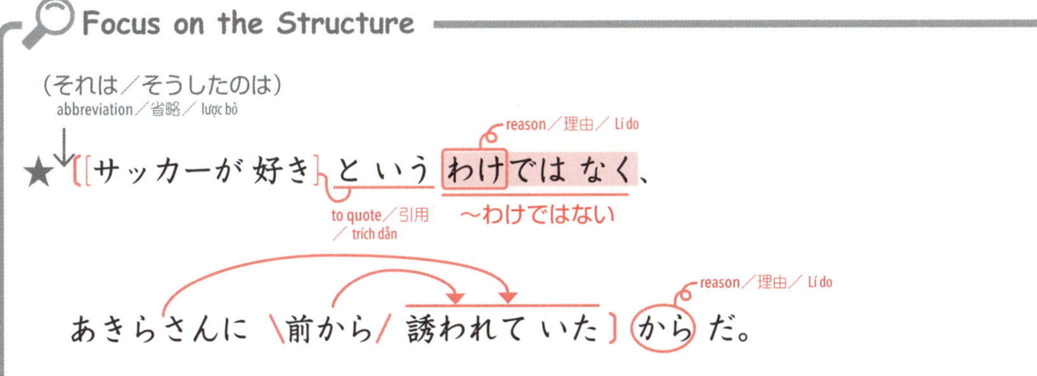

CHECK

Q1　「その」とは何か。
　　　　　　　　なに

Q2　「これ」とは何か。
　　　　　　　なに

Lesson

⑩ 新聞への投書
（しんぶん　とうしょ）

Letter to a Newspaper ／报纸投稿／ Đăng bài trên báo

　私自身は60歳で、すでに定年退職しました。健康ですが、再就職をせずにのんびり暮らしています。先日、電車の中で座って本を読んでいると、一人の老婦人が乗ってきました。足が悪いのか、つえを持っていました。私はすぐに、席をゆずるつもりで立ち上がりました。すると、前に立っていた青年がさっと、<u>そこ</u>に座ってしまったのです。★「この席はこの方のためにゆずったんですよ」と言いかけましたが、なんだか言えずにまごまごしていると、老婦人は「いいんですよ。すぐ降りますから」と言いました。ほんの小さなことですが、その日は一日中、気になっていました。

＊ 杖：（老人や足の悪い人などが）歩くのを助ける棒。

Vocabulary

- □ 自身：self／自身／ Tự thân, bản thân
- □ 定年：retirement age／退休年龄／ Tuổi về hưu
- □ 退職（する）：(to) retire／退休／ Nghỉ việc
- □ のんびり：take it easy／悠闲／ Thong thả, nhàn tản
- □ 暮らす：live／生活／ Sống
- □ 老婦人：老人の女性。

- □ ゆずる：自分が持っていたものを人にあげる。
- □ 青年：(a) youth／青年／ Thanh niên
- □ なんだか：特に理由はないが。理由はわからないが。
- □ まごまご：どうしていいかわからず、行動ができないでいる様子。
- □ ほんの：少ないことを強調する表現。

🔑 〜ずに　　Without ~ing／不 ∨／ (mà) không ~

E Indicates that one action was taken without performing another action.

C 表示不进行某种行动而进行下个行动。

V Thể hiện ý nghĩa không thực hiện hành động gì đó mà lại thực hiện hành động tiếp sau đó.

EX1 けさは寝坊して、食事をせ**ずに**家を出た。
（ I overslept this morning and left the house without eating.／今早睡懒觉了，没吃饭就走了。／ Sáng nay tôi ngủ dậy muộn nên đã ra khỏi nhà mà không ăn sáng.）

EX2 努力せ**ずに**いい結果を望むのは、よくないことです。
（ It isn't good to hope for good results without putting in effort.／不努力就渴望好的结果不好。／ Không nên chỉ mong kết quả tốt mà không chịu cố gắng đâu.）

🔑 〜かける　on the verge of~／要〜、正要〜／đang làm nửa chừng

E Expresses an action that was being carried out before it was stopped prior to completion.

C 表示正要进行某种行动时，中途停止了的意思。

V Thể hiện việc đang làm gì đó nhưng sau đó dừng lại giữa chừng.

> **EX1** 彼は何か言いかけたが、やめてしまった。
> かれ　なに　　い
> (He began to say something, but then he stopped.／他想说什么，却又不说了。／ Anh ấy nói dở chừng điều gì đó mà ngưng luôn.)
>
> **EX2** この飲みかけのコーヒーは、誰のですか。
> の　　　　　　　　　　　　だれ
> (Whose half-drunk coffee is this?／这个喝了一半的咖啡是谁的?／ Cốc cà phê đang uống dở này của ai thế?)

🔍 Focus on the Structure

★ 「[この 席]は 〈[この 方]の ために〉 ゆずった ん ですよ」 と

言いかけましたが、＼なんだか／ 言えずに、まごまごしている と、
　V かける　　　　　　　　　　V ずに　　　　V ている
　　　　　　　　　　　　　　（＝V ないで）

a simple conjunction／単纯的接续／ kết nối đơn giản

reason／理由／ Lí do

老婦人は「いい ん ですよ。＼すぐ／ 降りますから」 と 言いました。

CHECK

Q1 私は誰に席をゆずるつもりでしたか。
　　　わたし　だれ　せき

Q2 そことはどこですか。

ふくしゅう　§1 (Lesson 1-10)

I つぎの❶～❻の＿＿＿に合うものをa～gの中からえらんで、文をつくりましょう。

Choose what best goes in blanks ❶～❻ from a～g to create a sentence.
请从a～g中选择适合下面❶～❻的＿＿＿进行造句。
Chọn một từ hoặc một cụm từ trong a～g để điền vào chỗ ＿＿＿ trong câu ❶～❻ và hoàn thành câu.

❶ 部屋はとても暖かくて ＿＿＿＿＿＿＿＿＿＿＿＿＿＿＿＿＿。

❷ どうぞ皆様によろしく ＿＿＿＿＿＿＿＿＿＿＿＿＿＿＿＿＿。

❸ あまりに足が痛くて ＿＿＿＿＿＿＿＿＿＿＿＿＿＿＿＿＿。

❹ 結婚式の写真を ＿＿＿＿＿＿＿＿＿＿＿＿＿＿＿＿＿。

❺ 9時には会が終わると、お店に ＿＿＿＿＿＿＿＿＿＿＿＿＿＿＿＿＿。

❻ カラオケが好きというわけではなく ＿＿＿＿＿＿＿＿＿＿＿＿＿＿＿＿＿。

a. お伝えください
b. ねむくなるほどでした
c. 立っていられなくなるくらいでした
d. プロのカメラマンに頼むことにした
e. 友達に誘われたからです
f. 言ってあります
g. 就職をせずに

II （　　）の中に入れることばをa～dからえらびましょう。

Choose words to put in (　　) from a～d.
请从a～d中选择正确的词语填入(　　)内。
Chọn một từ hoặc một cụm từ trong a～d để điền vào chỗ (　　).

❶ 会社の中（　　　）案内していただきました。

　　a　を　　　　　b　に　　　　　c　で　　　　　d　へ

❷ おつりを（　　　）とした時に落とした。

　　a　受け取る　　　b　受け取った　　　c　受け取ろう　　　d　受け取れる

❸ いつも時間（　　　　）遅れないようにしている。
　　じかん　　　　　　　　おく

　　a　に　　　　　　　b　で　　　　　　　c　と　　　　　　　d　を

❹ 上着がクリーニングに（　　　）だ。
　　うわぎ

　　a　出しすぎ　　　　b　出しっぱなし　　c　出しながら　　d　出しにくい
　　　だ　　　　　　　　　だ　　　　　　　　　だ　　　　　　　　だ

❺ 明日は9時に来てほしい（　　　）ですよ。
　　あした　じ　　き

　　a　そう　　　　　　b　より　　　　　　c　こと　　　　　　d　わけ

Ⅲ　つぎの❶〜❺の＿＿＿＿に合うものをa〜fの中からえらんで、文をつくりましょう。
　　　　　　　　　あ　　　　　　　　　　　　　なか　　　　　　　　　　ぶん

Choose what matches the following ____ marks ❶〜❺ from a〜f to create a sentence.
请从a〜f中选择适合下面❶〜❺的 ____ 进行造句。
Chọn một cụm từ trong a 〜 f để điền vào chỗ ____ trong câu ❶〜❺ và hoàn thành câu.

❶ ＿＿＿＿＿＿＿＿＿＿＿＿＿　まだ聞いていません。
　　　　　　　　　　　　　　　　　き

❷ ＿＿＿＿＿＿＿＿＿＿＿＿＿　わけではありません。

❸ ＿＿＿＿＿＿＿＿＿＿＿＿＿　こともあるということです。

❹ ＿＿＿＿＿＿＿＿＿＿＿＿＿　彼はまだいるということです。
　　　　　　　　　　　　　　　　かれ

❺ ＿＿＿＿＿＿＿＿＿＿＿＿＿　用事を思い出した。
　　　　　　　　　　　　　　　　ようじ　おも　だ

a. たまには負ける　　　　　　　　　b. 甘いものが好きという
　　　　　　ま　　　　　　　　　　　　　あま　　　す
c. お茶を飲みかけた時、　　　　　　d. これからどこに行くか
　　ちゃ　の　　　　とき　　　　　　　　　　　　　　い
e. そんなに急いでないが、　　　　　f. ここに荷物があるということは
　　　　　　いそ　　　　　　　　　　　　　　にもつ

41

モデル文章の訳
ぶんしょう　やく

Model Sentence Translations
模式文章的翻译
Phần dịch của đoạn văn mẫu

Lesson ❶

E I have now come to a hot spring in the mountains. ❶ All you can hear is the sound of the river that flows near the inn, and it is so quiet that you might find yourself suddenly becoming sleepy. For dinner, we were served many different dishes, such as tempura made with fish caught in the river, miso soup made with mushrooms gathered in the mountain, and more. It was all delicious. During the autumn foliage season, the entire mountain apparently turns red. ❷ According to the people from the inn, it used to have many older customers, but recently the number of young people has increased, to the point that at times, the younger customers outnumber the older ones.

C 现在来到了山里的温泉，都能听到温泉旁边河里的流水声，很安静，有点儿困了。❶晚饭是用在那个河里吊的鱼做的天妇罗及用在山上采的蘑菇做的酱汤，还有其他各种的菜。哪个菜都很好吃。听说红叶的季节时，满山通红。❷旅馆的人说，以前年岁大的客人很多，最近年轻人增多了，有时候年轻人比年纪大的人多。

V Hiện tại tôi đang đến suối nước nóng nằm trong núi. ❶ Chỉ cần nghe tiếng nước sông chảy bên cạnh nhà nghỉ thôi cũng thấy rất yên tĩnh và buồn ngủ. Bữa tối có rất nhiều món ăn như tempura cá bắt ở sông hay canh tương nấm hái trong rừng. Món nào cũng ngon. Vào mùa lá đỏ nghe nói núi sẽ chuyển sang màu đỏ ối. ❷ Theo như lời của nhân viên nhà trọ thì trước đây đông khách là người cao tuổi nhưng gần đây thanh niên tăng lên thậm chí có lúc người trẻ còn đông hơn.

Lesson ❷

E Today, Wang-san's younger sister came from her country for fun, and so I showed her around Tokyo. She is interested in Japanese fashion, and apparently she would like to study abroad in Japan in the future. While this was her first trip to Japan, she did not want to go to so-called tourist attractions, and she wanted to go to nothing but clothing and shoe stores. ★ I didn't understand what was so fun about these stores, I was glad to see how happy she was when I took her to them. Before she returns to her country, she plans to buy many fashion-related magazines as presents.

C 今天小王的妹妹因为从老家来玩儿，我介绍（导游）了一下东京。她妹妹对日本的时装很感兴趣，将来好像要来日本留学。这次虽然是第一次来日本，可她不想去所说的观光地，只想去服装及鞋那样的店。★我不理解其中的乐趣，不过她高兴就好。她回国前，我想买各种各样时装方面的杂志作为礼物送给她。

V Hôm nay em gái của bạn Wang đến Nhật Bản chơi nên tôi đã dắt đi thăm quan Tokyo. Cô ấy quan tâm tới thời trang Nhật Bản và có vẻ muốn sang Nhật du học trong tương lai. Đây là lần đầu tiên đến Nhật nhưng cô ấy chỉ muốn đi đến các cửa hàng quần áo hay giày dép chứ không phải những nơi thăm quan nổi tiếng. ★ Tôi thì không hiểu có gì hay nhưng cô ấy thấy vui là tốt rồi. Tôi định trước khi cô ấy về nước sẽ mua thật nhiều tạp chí thời trang để tặng cô ấy.

Lesson ❸

E While this year's Nobel Prizes were announced, like last year, there were zero female recipients. Between 1901 and 2017, the Nobel Prize has been awarded to 923 individuals and organizations around the world, but only 48 have been given to women. This feels somewhat surprising. ★ While women are now working in many parts of society, it seems that there is still much progress to be made in the field of scientific research.

C 今年的诺贝尔奖受奖者发表了，可是跟去年一样，女性获奖者仍为零。诺贝尔奖从 1901 年到 2017 年期间，共给世界 923 个个人及团体颁过奖，可是其中女性只用 48 名，感到有点些意外。★如今社会的各个行业都活跃着女性，可是在科学研究方面，还存在着有待未来的现状。

V Người nhận giải thưởng Nobel năm nay đã được công bố nhưng liên tiếp từ năm ngoái không có nữ giới nào được nhận giải. Trong khoảng thời gian từ năm 1901 đến năm 2017, giải thưởng Nobel được được trao tặng cho 923 cá nhân và tập thể nhưng trong số đó, nữ giới được nhận giải chỉ có 48 người. ★ Tôi cảm thấy có chút bất ngờ. Ngày nay nữ giới hoạt động rất tích cực trong nhiều lĩnh vực của xã hội nhưng có vẻ như trong lĩnh vực nghiên cứu khoa học thì vẫn còn là chuyện trong tương lai.

Lesson ❹

E While cellular phones have made life convenient, in some cases they can become bothersome existences. I have been surprised by people on the street walking in front of me suddenly begin talking in a loud voice or laughing. It is the same when I hear the sound of a phone suddenly ring out when in a closed space, such as inside a train, café, hospital waiting room, and so on. It can even be rude in some cases, such as in hospitals or movie theaters.

★ While being able to contact people at any time may give us freedom, on the other hand, we may have had freedom taken away from us in the sense that we can now be contacted at any time. This is what I think as the world feels busier and busier to me.

C 手机使我们的生活变得便利起来了，可是，有时候也会跟我们带来很多麻烦。在路上，走在前面的人会突然被大声的说话声及笑声而感到大吃一惊的时候。在电车上、咖啡店、医院的候客室等比较闭塞的空间里，突然的电话铃响也会给周围的人填很多麻烦。医院、电影院等地方，因地方而异，也有禁止使用的地方。

★ "无论什么时候都能联系上"这也许给我们带来了"自由"，但另一方面正因为"什么时候都能联系上"，也许也剥夺了人们的自由。在感到人世间变得忙碌的同时，也有了以上的感触。

V Điện thoại di động khiến cuộc sống trở nên thuận tiện hơn nhưng đôi lúc lại có thể thành thứ gây phiền phức. Tôi từng giật mình vì người đang đi trên đường bỗng đột nhiên nói chuyện rất to, hay cười. Hay trong không gian chật hẹp như tàu điện, quán cà phê, phòng chờ ở bệnh viện mà tiếng chuông điện thoại vang lên cũng vậy. Ở bệnh viện hay rạp chiếu phim, có nơi như thế là vi phạm phép lịch sự.

★ Việc "Có thể liên lạc mọi lúc" có lẽ đã tạo ra sự "tự do", mặt khác, với nghĩa "lúc nào cũng bị gọi điện" thì "tự do" lại bị tước đoạt. Vừa cảm thấy con người ngày càng bận rộn tôi vừa có suy nghĩ như vậy.

Lesson ❺

E Are all of you well? Thank you very much for letting me stay with your family the other day. ❶ While it was only for a short two weeks, I was able to have a very valuable experience. I met many different people and came in contact with the local culture as well. ❷ Most of all, the time I spent with all of you was full of surprises and powerful emotions. In particular, the food that Mom cooked was always delicious. I immediately tried making something the way you taught me. It wasn't as good as yours, but it was delicious. I will practice so that next time, I will be able to introduce you to food from my country. Please come to visit Tokyo for fun. I look forward to seeing you again.

C 您全家都好吗？前些日子，您让我住在您家，表示非常感谢。❶虽然是短短的两个星期，却是非常宝贵的体验。认识了很多人，也接触到了地方文化。❷更让我惊喜和感动的是与您全家一起度过的时光。特别是您母亲做的饭菜非常好吃，（回来后）马上照着教的方法做了一个，虽然没有您母亲做的那么好，但挺好吃的。为了下次能介绍我们家乡的料理，我先得学习学习。一定请您全家来东京玩儿。期待着再见到你们。

V Cả gia đình có khỏe không ạ? Hôm trước tôi rất cám ơn vì đã cho tôi được ở homestay. ❶ Chỉ 2 tuần ngắn ngủi nhưng tôi đã có được trải nghiệm quý báu. Tôi được gặp nhiều người, được tiếp xúc với văn hóa địa phương. ❷ Hơn hết là thời gian cùng với mọi người tôi liên tục thấy bất ngờ và cảm động. Đặc biệt món ăn mẹ nấu lúc nào cũng rất ngon. Tôi đã làm thử ngay một món đã được dạy. Không giỏi được như mẹ nhưng cũng ngon. Tôi sẽ luyện để lần tới có thể giới thiệu món ăn của đất nước mình. Cả nhà hãy đến Tokyo chơi nhé. Tôi rất mong lại được gặp lại mọi người.

Lesson ❻

E ❶ Tanaka-san, I must apologize to you about the old magazine you lent me before. It was very interesting, so I was reading it for a very long time, and I brought it with me when I was leaving home yesterday. ❷ Then, when I tried to take it out of my bag, I carelessly made a small tear on the top of one of the pages. I placed cellophane tape on it, but...I will try my hardest to find another copy at a used book store. I just hope I can... I'm sorry.

C ❶田中，是这样的，上次你借我的那本旧杂志，我必须向你陪礼道歉。因为我觉得挺有意思，就一直在读。昨天出去的时候也带出去了。❷就在我想想把它从包里拿出来时，不小心把一页的上面弄破了。我用透明胶粘了一下，可是……。同样的书我尽量在旧书店找找看，能找到最好……。真不好意思。

V ❶ Anh Tanaka, thực ra tôi phải xin lỗi anh vì chuyện quyển tạp chí tôi mượn bữa trước. Tạp chí rất hay nên tôi đọc suốt, hôm trước lúc đi ra ngoài tôi cũng mang theo. ❷ Thế rồi lúc định lôi từ trong cặp ra tôi lỡ tay làm rách một chút phần trên của trang 1. Tôi đã dán lại bằng băng dính rồi nhưng... Tôi sẽ cố gắng thử tìm bằng được ở hiệu sách cũ. Hy vọng tôi tìm được ... Rất xin lỗi anh.

Lesson ❼

E We now live in an age where reservations are required for anything. It is natural for reservations to be required for transportation or staying at an inn, and it would surely be chaotic if there were no reservations for a concert or sporting event. Everyone is also now busy, so if someone suddenly appears somewhere "because they were the area" as they may have in the past, they are now thought of as bothersome. ❶ It is true that making reservations for things in the future results in less waste and is logical. Lately, there even seem to be cases of people reserving funerals while they are still alive, choosing the type of ceremony and who will be invited. ❷ There even seem to be "early discounts" that discount the price if you reserve early.

C 现在已进入干什么都要预约的时代了。乘坐的交通工具啦饭店等当然要预约，演唱会及一些体育比赛等如果没有预约的话，大概会出现混乱吧。还有现在大家都很忙，如果像以前"路过你家附近"那样突然去别人家的话，会被认为给人家添麻烦。❶的确对于未来的事情预约一下也没什么不好的，也是合理的。最近听说还有在有生之年预约葬礼的，办什么样的仪式、通知谁都事先定好。❷听说早预约还有打折优惠服务。

V Đã đến thời cái gì cũng phải đặt hẹn trước. Đi tàu xe hay ở nhà nghỉ tất nhiên phải đặt trước, xem hòa nhạc hay thi đấu thể thao nếu không đặt trước có lẽ sẽ xảy ra lộn xộn. Ngoài ra, mọi người bận rộn hơn nên việc đột nhiên ghé thăm như ngày xưa "vì tiện đến gần nhà" lại thành ra bị coi là làm phiền. ❶ Đúng là nên đặt hẹn trước việc tương lai sẽ không bị lãng phí và hợp lí. Gần đây, nghe nói còn có trường hợp đặt trước lễ tang trong khi vẫn còn sống. ❷ Người ta có thể quyết định chọn lễ tang như thế nào, gửi giấy báo cho ai. Nghe nói có cả dịch vụ "giảm giá sớm" giảm chi phí khi đặt sớm.

Lesson ❽

E ★ Bonsai was once seen as a hobby for the elderly, but recently it is said that it is popular among young people and foreigners. Expensive bonsai that cost a few thousand yen each are being sold to foreign tourists at metropolitan department stories and bonsai stores. More young people are enjoying bonsai as part of interior design, and small, affordable bonsai seem to be selling well among women in their teens and twenties. These women apparently say that small bonsai feel seasonal and are cute. These feelings of seasonality and cuteness are thought to be the secret behind their popularity. Additionally, having a bonsai may let you feel like you have your own yard even if you do not have the economic abundance to have your own grand yard.

C ★以前老年人喜爱的盆栽最近在外国人中很有人气。在东京都中心的百货店及盆栽店里，一个几千日元高价的盆栽，经常被外国游客买走。在日本的年轻人当中，将盆栽作为室内装饰而感到乐趣的人在增加。听说价格容易接受的小型盆栽在 10 几岁和 20 几岁的女性中销售很好。她们说小盆景"很有季节感，很可爱"。莫非这个"季节感"和"可爱"就是受欢迎的秘密吧。即使没有经济实力拥有一个漂亮的庭院，有了盆栽也许也能感到像有院子的那种感觉。

V ★ Bonsai trước kia được coi là sở thích của người già thì gần đây lại rất được thanh niên và người nước ngoài yêu thích. Tại trung tâm mua sắm hay cửa hàng bonsai, cây bonsai đắt tiền giá khoảng vài chục triệu yên bán rất chạy cho khách du lịch nước ngoài. Trong giới trẻ Nhật Bản, nghe nói người chơi bonsai như một món đồ trang trí nội thất đang tăng lên, cây bonsai cỡ nhỏ giá vừa phải bán rất chạy cho khách nữ từ khoảng 10 tuổi đến 20 tuổi. Các cô gái nói về cây bonsai cỡ nhỏ rằng: "chúng cho cảm giác mùa và dễ thương". Người ta cho rằng chính "cảm giác mùa" và "sự dễ thương" là lí do chúng được yêu thích. Hơn nữa, dù không có kinh tế dư dả để có một khu vườn rộng rãi nhưng chỉ cần sở hữu một cây bonsai là ta có thể có cảm giác như có riêng khu vườn của mình vậy.

Lesson ❾

E I went to see a soccer match today. ★ It isn't as though I like soccer, but Akira-san had been inviting me for a while. Sakura-san wanted to go as well, but she could not because of her part-time job and so it ended up being the two of us going. It was my first time seeing a match live, and I did not understand the rules very well, but being able to cheer together with the people around me was very fun. There were a number of famous players that I had seen before on television, and among them was Sakura-san's favorite player. When I took a picture and sent it to Sakura-san, I got a reply that said, "It's good, but it's small. I'd like a closer-up photo." I had no choice, so I took a photo of Akira-san, engrossed in the match, and sent it with the message, "Sorry, I can take this, though…"

C 今天去看了足球比赛，★不是说喜欢足球，是被 AKIRA 叫去的。小樱也很想去，可是她因为有打工，去不了。虽然是第一次看现场比赛，又不懂比赛的规则，可是跟周围的人一起声援非常开心。有几个在电视上看过有名的队员，其中也有小樱喜欢的选手。照了张相发给了小樱，她回复说"好是好，就是太小了，人物再大一点儿就好了。"没办法，照了一张 AKIRA 聚精会神看足球比赛的照片，写道"对不起，这张照得大吧"然后发给了小樱。

V Hôm nay tôi đã đi xem thi đấu bóng đá. ★ Không hẳn là vì tôi thích bóng đá mà là vì được anh Akira rủ từ trước. BạnSakura cũng muốn đi cùng nhưng lại không đi được vì phải làm thêm nên thành ra chỉ có hai người đi với nhau. Lần đầu tiên tôi được xem thi đấu tận mắt mà cũng không hiểu luật lắm nhưng cùng cổ vũ với mọi người xung quanh thì rất thú vị. Có vài cầu thủ nổi tiếng mà tôi từng thấy trên tivi, trong số đó có cả cầu thủ mà bạn Sakura yêu thích. Tôi chụp rất nhiều ảnh rồi gửi cho chị Sakura thì chị ấy trả lời rằng: "Cũng được nhưng bé! Tớ thích cái chụp gần hơn!". Không còn cách nào khác tôi chụp ảnh Anh Akira đang tập trung xem trận đấu rồi viết tin nhắn gửi: "Xin lỗi, thế này thì tớ chụp được …".

Lesson ❿

E I myself am sixty years old and have already retired after reaching retirement age. While I am healthy, I am living a relaxed life and not searching for another job. The other day, I was sitting in a train and reading a book when an elderly woman got on board. She may have had bad legs, as she was using a cane. I immediately stood so that I could give her my seat. When I did, a young man standing in front of me quickly sat there. ★ While I said to him, "I was giving this seat to this individual," I was flustered and unable to say anything until the woman said, "It's fine, I'll be getting off soon." While it was a minor thing, it was on my mind the whole day.

C 我自身 60 岁，已经退休了。虽然还健康，但没再工作，过着悠闲的退休生活。前几天坐在电车上看书时，一位老夫人上来了。她腿不太好，拿着拐杖。我是想给她让座儿站了起来。于是站在前面的年轻人立刻坐了下来。★我本想对他说"这座儿是给这位让的"，可是没说出口，正当我着慌时，老妇人说"没事儿，我马上就下车。"虽然是区区一件小事，可那一整天心情都不爽。

V Bản thân tôi 60 tuổi đã về hưu. Tôi vẫn khỏe nhưng không đi làm tiếp mà sống một cách bình yên. Mấy hôm trước, khi đang ngồi đọc sách trên tàu thì có một cụ bà lên tàu. Cụ phải chống gậy chắc do chân đau. Tôi liền đứng ngay lên định nhương chỗ cho cụ. Tức thì cậu thanh niên đứng trước mặt tôi nhanh chân ngồi luôn vào đó. ★ Tôi bảo cậu ta: "Chỗ này tôi nhường cho bác này mà!" nhưng cậu ta không được gì và tỏ ra bối rối thì cụ bà nói: "Không sao. Tôi xuống ngay ấy mà!". Việc chỉ nhỏ thế thôi nhưng cả ngày hôm đó tôi cứ bận tâm mãi.

ふくしゅうのこたえ Review Answers／复习答案／Đáp án bài ôn tập **§1** (Lesson 1-10)

I ❶ b ❷ a ❸ c ❹ d ❺ f ❻ e

II ❶ a ❷ c ❸ a ❹ b ❺ a

III ❶ d ❷ b ❸ a ❹ f ❺ c

Lesson

⑪ 自然の世界①〜天気
しぜん　せかい　　　　てんき

The Natural World ① : Weather
／自然世界①〜天气／ Thế giới tự nhiên ① 〜 Thời tiết

Grammar Target
◆ 〜ばかりでなく
◆ 〜でさえ

先週後半から冬型の低気圧が日本海側に広がり、各地で記録的な大雪となっている。★秋田新幹線が昨日一日、始発からすべて運休したばかりでなく、現在も鉄道や道路の除雪作業が遅れ、交通機関全体に大きな影響が出ている。秋田市内の多くの工場では、従業員が通勤できないので、生産ができない状態だ。いつもなら積雪を待ち望むスキー場でさえ、リフトの座席に雪が積もって営業ができないため、「もう雪は降らないで」という声が上がっている。

＊ 低気圧：大気の状態を表す言葉で、雲が多く、雨が降りやすい。
＊ 除雪：雪をそこから取って、ない状態にすること。
＊ リフト：スキーや登山をする客を運ぶためのいす型の乗り物。

Vocabulary

☐ 後半：latter half／后半／ nửa sau
☐ 日本海：Sea of Japan／日本海／ biển Nhật Bản
☐ 記録的(な)：これまでの記録を超えるくらいの。
☐ 大雪：非常にたくさん雪が降ること。

☐ 始発：一日の最初の電車。
☐ 運休(する)：予定されていた電車やバスなどが運転を中止すること。
☐ 積雪：雪が積もること。

🔑 〜ばかりでなく　　Not only 〜／不但〜而且〜／ không chỉ 〜

E An expression used to emphasize something by stating that there is something beyond what is stated.
C 表示不仅这个还有别的，是一种强调的表现。
V Là cách nhấn mạnh một sự việc nào đó bằng cách nêu ra không chỉ một mà nhiều sự việc.

EX1 スキーができない**ばかりでなく**、日常生活にも影響が出ている。
（Not only am I unable to ski, it's even affecting my daily life.／不仅不能滑雪，对日常生活也有影响。／ Không chỉ không chơi được trượt tuyết mà còn ảnh hưởng đến cả cuộc sống hàng ngày.）

EX2 この暑さで、人間**ばかりでなく**、動物も、じっとして動かなくなっている。
（Not only humans but even animals are staying still, unable to move in this heat.／这么热不光人，动物也呆着不动了。／ Vì trời nóng, không chỉ con người mà cả động vật cũng không cử động.）

🔑 〜でさえ　Even 〜／连〜也（都）〜／ngay cả〜

Ⓔ An expression that introduces an extreme example to say that things other than it seem to be normal. Interchangeable with 「〜でも」.

Ⓒ 表示举个极端的例子，除此之外的当然也同样的意思。可以与「〜でも」互换。

Ⓥ Bằng cách nêu một ví dụ cực đoan để thể hiện rằng các việc khác với ví dụ đã nêu là đương nhiên. Cũng có thể thay bằng 「〜でも」.

EX1　小学生でさえ簡単に答えられる問題を間違えてしまった。
（I got a question wrong that even an elementary school student could easily answer.／就连小学生都能回答的简单的问题我却答错了。／Tôi đã trả lời sai câu hỏi mà ngay cả học sinh tiểu học cũng có thể trả lời dễ dàng.）

EX2　世の中には、医者でさえ原因がわからない病気がたくさんある。
（There are many sicknesses in the world that even doctors do not know the cause of.／世间上有很多就连医生也搞不清楚什么原因的疾病。／Trên đời này có nhiều bệnh mà ngay cả bác sĩ cũng không biết nguyên nhân.）

🔍 Focus on the Structure

★ ［〈秋田新幹線が＼昨日 一日、/＼始発から すべて／運休した〉ばかりでなく、］

origin／起点／khởi điểm

affects the entire sentence／与全句相关／bổ nghĩa cho toàn bộ câu

NのN

［＼現在も／［鉄道や 道路の 除雪作業］が 遅れ、］＼［交通機関 全体］に／

indicate a location／表示场所／biểu thị địa điểm

大きな 影響が 出ている。
　　　　S　　　　　V

CHECK

Q1　工場にはどんな影響が出ていますか。

　　a. 家に帰れなくなった人がいる　　　　b. 物が作れなくなっている

Q2　スキー場の人はどう思っていますか。

　　a. 雪を待っている　　　　b. 雪に困っている

Lesson 12 今日の出来事③〜番号

What Happened Today ③ : Numbers
／今天发生的事③〜号码／Chuyện ngày hôm nay ③ 〜 Số thứ tự

　　歯が痛むので歯医者に電話して予約を頼むと、受付の女性が「診察券の番号を言ってください」と言った。そのあと、普通に診察してもらったが、受付の女性が歯の状態も私の名前も聞かず、診察券の番号だけ聞いたことを思い出して、私は番号みたいなものだと思った。帰りに病院のそばの小さな食堂に入ると、若い女性が注文を取りに来て、「何番になさいますか」と言った。気がつくと、壁に料理の名前と番号を書いた紙がはってある。急いで自分の食べたい料理の番号を見つけて、注文した。★その時、料理の魚の名前を言って、「これ、今、おいしいですね」と言ってみたが、女性は何も答えず、ただ、番号を確認しただけだった。今日は番号で治療してもらい、番号で食事をした。明日もまた、番号のお世話になるのだろうか。

Vocabulary

- 痛む ： hurt; ache／痛／Đau
- 番号 ： number／号码／Số
- 診察券 ： medical card／诊察证／Phiếu khám
- 診察（する）： (to perform a) medical examination／看病／Khám

🗝 〜てもらう
　〜ed for me／请〜／Được (ai đó) là cho điều gì

Ⓔ Used to express in a grateful way something that someone else has done for you.
Ⓒ 在对某人为自己做什么时，表示感谢心情时使用。
Ⓥ Dùng khi muốn biểu hiện ý cảm tạ vì điều gì đó người khác đã làm cho mình.

EX1 ひどくならないように、早めにお医者さんに見てもらいましょう。
（You should hurry and have a doctor look at that for you so that it doesn't get worse.／不要加重了，早点儿请医生看看吧。／Hãy để bác sỹ khám cho trước khi bệnh trở nặng.）

EX2 最初は何もわからなかったけど、先輩にいろいろ教えてもらった。
（While I didn't know anything at first, my senior taught me many things.／开始什么都不懂，请前辈教了我很多东西。／Ban đầu tôi không hiểu gì nhưng đã được anh chị khóa trên chỉ bảo cho rất nhiều.）

🗝 ～みたい
Looks like ~／像～／Như là ~, có vẻ như~

E An expression used to indicate that one thing resembles another thing. While this has the same meaning as「～のようだ」, it is a more conversational expression.

C 表示与其他类似，与「～のようだ」意思相同，多用于口语。

V Cách nói giống một thứ gì đó. Có cùng ý nghĩa với「～のようだ」nhưng cách nói này mang tính hội thoại hơn.

EX1 彼は小さい時はとてもかわいくて、女の子みたいだとよく言われたそうだ。
（He was very cute when he was young, and apparently it was often said that he looked like a girl.／听说他小时候很可爱，被说像个女孩子。／ Khi còn bé anh ấy rất đáng xinh, toàn bị nói rằng giống như con gái.）

EX2 理由はわからないけど、彼女、怒っているみたい。
（I don't know the reason why, but it looks like she's mad.／不知道什么理由（为什么），她好像生气了。／ Tuy không biết lý do nhưng có vẻ như cô ấy đang cáu.）

🔍 Focus on the Structure

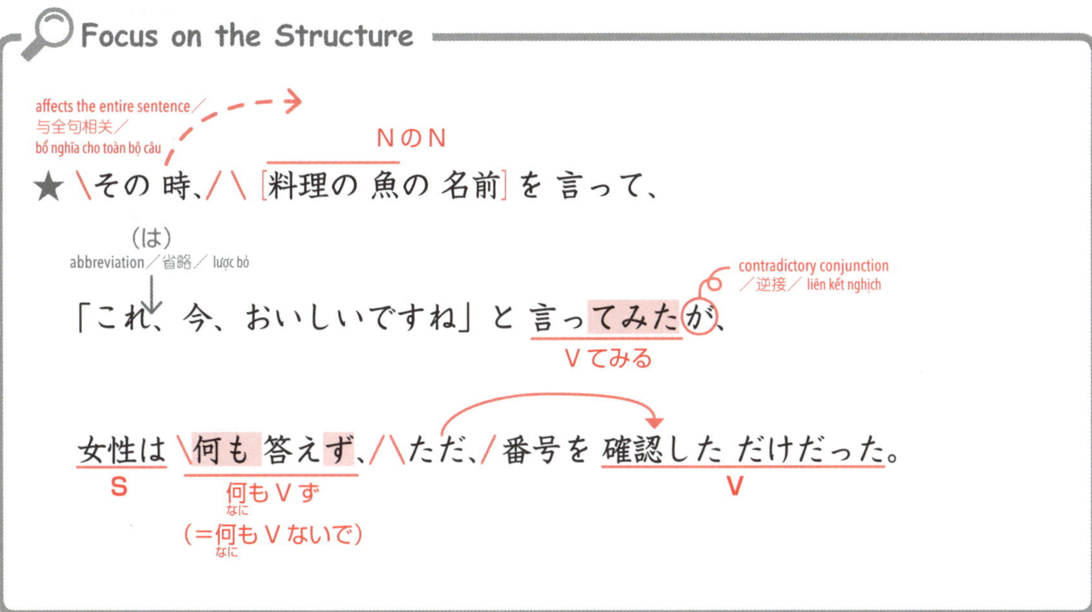

CHECK

Q1 何が番号みたいだと言っていますか。

Q2 これとは何か。

Lesson 13 ニュース記事①〜動物園から

News Articles ① : From the Zoo
／新闻报道①〜来自动物园／ Bài báo ①〜 Từ vườn bách thú

〈ニュースの記事〉

　上野動物園で6月に生まれたパンダの赤ちゃん、シャンシャン（香香）が、9日で生後150日を迎えました。よく歩くようになり、6日は丸太の上まで登りきりました。来月の一般公開に向け、"練習" も始まりました。★上野でパンダの赤ちゃんが見られるのは、1988年以来、29年ぶりで、上野で生まれ育ったパンダは3頭目になります。上野動物園では、絶滅が心配されている状況を知ってもらおうと、野生で生きている数にあたる 1800 のパンダを折り紙で作って展示しています。

* 生後：生まれたあと。
* 丸太：切って皮をとった状態の木。ここでは、登って遊ぶために立てたもの。
* 野生：動物や植物が、自然の中で生まれ育つこと。

Vocabulary

- □ 上野：東京の地名
- □ 動物園：zoo／动物园／ Sở thú
- □ 一般：general／一般／ thông thường
- □ 公開（する）：(to) release; (to) make public／公开／ công khai, ra mắt
- □ 向ける：aim toward／向／ dành cho
- □ 〜以来：since 〜／〜以来／ kể từ sau 〜
- □ 〜ぶり：for the first time in 〜／时隔〜／ sau 〜
- □ 育つ：grow; nurture／养育、培育／ lớn lên

- □ 〜頭：牛や馬などの動物の数を表す言葉。
- □ 絶滅（する）：(to) annihilate／绝灭／ tuyệt chủng
- □ 折り紙：origami／折纸／ giấy gấp
- □ 展示（する）：(to) exhibit／展示／ trưng bày
- □ 状況：situation／情况／ tình huống
- □ 〜にあたる（≒〜に相当する）：
  equivalent to 〜／相当于〜／ tương đương 〜

🔑 ～きる　〜 it all／全〜／〜 hết, nốt

E An expression of doing something fully, leaving nothing behind.

C 表示不留剩余全部做的意思。

V Thể hiện ý hoàn tất một việc nào đó để không còn sót lại gì.

EX1 足が痛くなったけど、最後まで走り**きった**。
（My legs began to hurt, but I ran all the way to the end.／虽然脚很疼，可还是坚持跑下来了。／ Mặc dù đau chân, nhưng tôi đã chạy hết đến cuối.）

EX2 こんなにたくさん食べ**きれない**。
（There's so much food, I can not eat it all.／这么多吃不了。／ Nhiều thế làm sao tôi ăn hết được.）

🔍 Focus on the Structure

★ 〈\上野で／［パンダの 赤ちゃん］が 見られる の〉は、
　　the nominalizing "no"／名词化的「の」／「の」để danh từ hoá
　　possible／可能／khả năng

〈\1988 年以来、／29 年ぶり〉で、
　Resultative conjunction／顺接／liên kết thuận

〈上野で 生まれ育った パンダ〉は 3 頭目に なります。
　noun-modifying clause／名词修饰句／mệnh đề bổ nghĩa cho danh từ
　one word／一个词／một từ
　in order／顺序／thứ tự

CHECK

Q　文章の内容に合っていれば○、合っていなければ×を入れてください。

① 上野動物園でシャンシャンが見られるようになってから 150 日たった。（　　　）

② シャンシャンも 1800 のパンダに数えられる。（　　　）

Lesson 14 今日の出来事④〜失敗続き

What Happened Today ④ : Continued Failures
／今天发生的事④〜 连续失败／Chuyện ngày hôm nay ④ 〜 Liên tục thất bại

Grammar Target
◆〜いくら〜ても
◆〜気味(ぎみ)
◆〜ようにする

今日(きょう)は失敗(しっぱい)が続(つづ)いた。Tシャツを1枚(まいか)買(か)ったが、サイズを間違(まちが)えたことに、あとで気(き)づいた。どうしよう……と思(おも)ったが、レシートを持(も)っていたので、正(ただ)しいサイズに交換(こうかん)してもらうことができた。その次(つぎ)は夕方(ゆうがた)だ。駅(えき)でまゆみさんと待(ま)ち合(あ)わせたが、いくら待(ま)っても来(こ)ない。★私(わたし)が時間(じかん)を間違(まちが)えたのかもしれないと思(おも)って電話(でんわ)したら、やっぱり、そうだった。まゆみさんに「疲(つか)れてるんじゃないの？」と言(い)われた。確(たし)かに、最近(さいきん)、少(すこ)し疲(つか)れ気味(ぎみ)だ。勉強(べんきょう)もアルバイトも、ちょっと頑張(がんば)りすぎているのかもしれない。寝(ね)るのも遅(おそ)くなっていて、それもよくないのだろう。これから、少(すこ)し早(はや)めに寝(ね)るようにしようと思(おも)った。

Vocabulary

- □ 失敗(しっぱい)(する)：(to) fail／失败／thất bại
- □ 続(つづ)く：continue／持续／tiếp tục
- □ 気(き)づく：notice／意识到／chú ý, để ý
- □ レシート：receipt／收据／biên lai
- □ 交換(こうかん)(する)：(to) trade／交换／trao đổi
- □ 待(ま)ち合(あ)わせる：to wait／见面／hẹn gặp nhau
- □ やっぱり／やはり：after all／还是／rốt cuộc
- □ 疲(つか)れる：become tired／疲劳／mệt mỏi
- □ ちゃんと：properly／好好地／cẩn thận, kỹ càng
- □ かかる［かぎが］：lock (a lock)／锁／khoá
- □ 確認(かくにん)(する)：(to) confirm／确认／xác nhận

🔑 いくら〜ても
No matter how much (you) 〜／不管〜也〜，无论怎么〜都〜／dù 〜 bao nhiêu cũng …

Ⓔ Expresses that there are no effects regardless of the effort put in.「いくら」has the same meaning as「どんなに」, but is a more conversational expression.

Ⓒ 表示即使反复努力也没有效果。「いくら」与「どんなに」意思相同，只是常用于口语。

Ⓥ Thể hiện ý cố gắng bao nhiêu cũng không có hiệu quả.「いくら」tương tự với「どんなに」nhưng mang tính văn nói hơn.

EX1 いくら洗(あら)っても、汚(よご)れがきれいに落(お)ちない。
(No matter how much I wash it, this stain won't cleanly go away.／不管怎么洗也洗不干净。／ Dù rửa bao nhiêu thì cũng không thể xoá hết vết bẩn.)

EX1 いくら練習(れんしゅう)しても、うまく踊(おど)れない。
(No matter how much I practice, I can't dance well.／无论怎么练习也跳不好。／ Dù luyện tập bao nhiêu thì cũng không thể múa giỏi.)

🔑 ～気味（ぎみ）　A touch ～／有点儿～／có vẻ hơi ～

🇪 Expresses a tendency or inclination. Often used for negative things.

🇨 表示有某种倾向，一般多用于表示不太好的现象。

🇻 Thể hiện ý có xu hướng như thế. Thường nói về điều không tốt.

> **EX1** 昨日（きのう）は疲（つか）れ気味（ぎみ）だったので、いつもより早（はや）く寝（ね）た。
> (I was a touch tired yesterday, so I went to sleep earlier than always.／昨天有点儿累了，比每天都睡得早。／Vì hôm qua có vẻ hơi mệt nên tôi đã đi ngủ sớm hơn mọi khi.)
>
> **EX2** うちの犬（いぬ）は散歩（さんぽ）が嫌（きら）いで、少（すこ）し太（ふと）り気味（ぎみ）だ。
> (My dog hates going on walks, so he's a touch fat.／我家的狗不喜欢散步，有点儿胖。／Con chó nhà tôi không thích đi dạo nên có vẻ hơi béo.)

🔑 ～ようにする　Make sure that ～／要～／để không ～ , kẻo ～

🇪 Expresses effort put in to avoid a negative result or state.

🇨 表示为了避免不好的结果或状态而努力。

🇻 Thể hiện ý cố gắng để tránh kết quả hoặc tình trạng không tốt.

> **EX1** 私（わたし）は、いつも約束（やくそく）の時間（じかん）に遅（おく）れないようにしている。
> (I always make sure to never be late for engagements.／约会时间我总是注意不要迟到。／Tôi thường chú ý để không trễ giờ hẹn.)
>
> **EX2** あまり疲（つか）れないようにしたほうがいいですよ。
> (You should make sure that you don't get too tired.／还是不要太累了好！／Anh nên chú ý để không bị mệt quá.)

🔍 Focus on the Structure

★ ［［私が 時間を 間違えた の かもしれない］ と 思って 電話したら、］

a series of actions／动作的连续／hành động liên tục

Understanding or being convinced of a situation／事情的理解・信服／nắm bắt hoặc hiểu rõ sự tình

＼やっぱり、／ そうだった。

⇓

［ 私が…かもしれない ］

CHECK

Q1 そうとは何（なん）ですか。

Q2 今日（きょう）はどんな失敗（しっぱい）をしましたか。

Lesson

⑮ 健康法①〜体重
けんこうほう　　　　たいじゅう

Keeping Healthy ① : Weight
／健康法①〜体重／ Rèn luyện sức khỏe ①〜 Cân nặng

最近、家庭用の体重計がよく売れているそうです。体重に関心を持つ
さいきん　かていよう　たいじゅうけい　　　　う　　　　　　　　　　　たいじゅう　かんしん　も

ことは健康上、望ましいことで、体重計がよく売れるのはいいことです。
けんこうじょう　のぞ　　　　　　　　たいじゅうけい　　　　う

一方、体重計も進歩してきました。以前は針で体重を示すものが主でし
いっぽう　たいじゅうけい　しんぽ　　　　　　　　いぜん　はり　たいじゅう　しめ　　　　おも

たが、最近はデジタル型の方が人気があるようです。デジタル型は、数
さいきん　　　　　がた　ほう　にんき　　　　　　　　　　　　　　がた　　　すう

字の出し方をいろいろ調節することができます。細かくする場合は、50
じ　だ　かた　　　　　ちょうせつ　　　　　　　　　　　こま　　　　ばあい

グラムの違いまで示すことができます。★体重の変化をより正確に知る
ちが　　　しめ　　　　　　　　　　たいじゅう　へんか　　　　せいかく　し

ことは、ダイエット中の人や、体重の管理をしなくてはならないスポー
ちゅう　ひと　　たいじゅう　かんり

ツ選手には必要なことなので、とても役立ちます。しかし、普通の生活
せんしゅ　　ひつよう　　　　　　　　　　　　やくだ　　　　　　　　　ふつう　せいかつ

をしている人は、毎日でなく、もっと長期間、例えば1カ月ぐらいの期
ひと　　まいにち　　　　　　　　ちょうきかん　たと　　　　げつ　　　　　き

間での体重の変化を確認するのがいいでしょう。わずかな数字の違いで
かん　　たいじゅう　へんか　かくにん　　　　　　　　　　　　すうじ　ちが

喜んだり心配したりするのは、ストレスを増すことになるからです。
よろこ　　　しんぱい　　　　　　　　　　　　　　ま

Vocabulary

- □ 体重：weight／体重／ Cân nặng
  たいじゅう
- □ 体重計：scale／体重称／ Cái cân (đo trọng lượng cơ thể)
  たいじゅうけい
- □ 望ましい：desirable／希望／ Đáng mong đợi, lý tưởng
  のぞ
- □ 進歩（する）：(to) advance／进步／ Tiến bộ
  しんぽ
- □ 針：needle／针／ Kim
  はり
- □ 主（な）：main／主／ Chủ yếu, chính
  おも
- □ デジタル：digital／数码／ Điện tử

- □ 調節（する）：(to) adjust／调节／ Điều chỉnh
  ちょうせつ
- □ グラム：gram／克／ Gam
- □ 違い：difference／不同／ Khác
  ちが
- □ 管理（する）：(to) manage／管理／ Quản lý
  かんり
- □ 役立つ：be useful／起作用／ Hữu ích, có ích
  やくだ
- □ わずか（な）：paltry／微小的／ Ít ỏi
- □ 増す：increase／增加／ Tăng lên
  ま

🔑 ～てくる
Has been ~ing／～起来／Đang ngày càng …

E Expresses a change that has been occurring into the present.

C 表示现在所发上的变化。

V Thể hiện sự biến đổi đang diễn ra tiếp diễn đến tận hiện tại.

> **EX1** 健康に関心を持つ人が増え**てきました**。
> けんこう　かんしん　　も　ひと　ふ
> (The number of people with an interest in their health has been increasing.／关心健康的人增多起来了。／ Những người quan tâm đến sức khỏe ngày càng tăng lên.)
>
> **EX2** 4月に入って、だんだん暖かくなっ**てきました**。
> がつ　はい　　　　　　　あたた
> (It has been getting warmer and warmer since April began.／进入四月，渐渐的暖和起来了。／ Sang tháng tư, trời ngày càng nóng dần lên.)

🔑 ～ことになる
Can result in~／会～／ Trở nên, dẫn đến..

E An expression saying that a certain act or state will result in a certain result.

C 表示某种行为及状态导致某种结果。

V Thể hiện một hành động hay trạng thái nào đó dẫn đến một kết quả có thể lường trước.

> **EX1** 落ち着いてください。あわてると、ミスをする**ことになります**。
> お　つ
> (Please be calm. Losing your composure can result in mistakes.／别慌，一慌张就会出错。／ Bình tĩnh đi. Hấp tấp sẽ dẫn đến sai sót.)
>
> **EX2** 今、部長に報告しておかないと、あとで面倒な**ことになる**。
> いま　ぶちょう　ほうこく　　　　　　　　めんどう
> (If we don't make a report to the manager, it can result in trouble later.／现在不报告给经理，过后会有麻烦的。／ Nếu không báo cáo trước với trưởng phòng thì sau này sẽ dẫn đến phiền phức.)

🔍 Focus on the Structure

emphasis／强调／nhấn mạnh

NのN

★ [[体重の 変化] を ＼より 正確に／ 知る こと] は、《〈ダイエット中の 人〉 や、
～中

〈[体重の 管理] を しなくては ならない スポーツ選手〉 には

必要な こと] なので、＼とても／ 役立ちます。

reason／理由／Lí do

CHECK

Q1 この文章で、デジタル型の体重計は何ができると言っていますか。
ぶんしょう　　　　　　　がた　たいじゅうけい　なに　　　　　　　　　い

　　a. 体重を管理すること　　　　　b. 体重を細かく調べること
　　　たいじゅう　かんり　　　　　　　　　　たいじゅう　こま　しら

Q2 この文章にタイトルをつけてください。
ぶんしょう

Lesson

16 自然の世界②〜美しい瞬間
しぜん　せかい　　　　うつく　しゅんかん

The Natural World ② : Beautiful Moments
／自然世界②〜美丽瞬间／ Thế giới tự nhiên ②〜 Thời khắc đẹp

　皆さんは「ダイヤモンドダスト」をご存じだろうか。★「ダイヤモンドダスト」とは、大気の中にある水分が冷えて固まり、それが太陽に照らされて光るという現象だ。冬の寒い地域でしか見られない現象だが、寒ければいいというものではない。次の条件が全てそろってはじめて見ることができる貴重なものなのだ。まず、よく晴れていて風がなく、気温がマイナス10度以下、湿度が高いこと。そして、霧がなく、遠くまでよく見える早朝であること、だ。そのため、「ダイヤモンドダスト」を見るには、1月から2月にかけて、北海道の十勝郡や名寄市、旭川市などの盆地を訪れるのがいいとされている。かなり運がよくないと見られないので、実際に見たときの感動はすばらしいものだろう。

＊盆地：山に囲まれ、周りより低く、平らなところ。
　ぼんち　やま　かこ　　まわ　　　ひく　　　たい

Vocabulary

□ ご存じ : the honorific form of「知っている」／是「知っている」的敬語／ kính ngữ của「知っている」

□ 大気 : atmosphere／大气层／ không khí
　たいき

□ 水分 : fluid／水分／ nước
　すいぶん

□ 固まる : harden／凝固／ đông lại, cứng lại
　かた

□ 照る : shine／闪耀／ chiếu
　て

□ 現象 : phenomenon／现象／ hiện tượng
　げんしょう

□ 条件 : condition／条件／ điều kiện
　じょうけん

□ そろう : become complete／齐备／ tập hợp đầy đủ

□ 貴重(な) : valuable／贵重／ quý báu
　きちょう

□ 湿度 : humidity／温度／ độ ẩm
　しっど

□ 霧 : fog／雾／ sương mù
　きり

□ 運 : luck／运气／ vận mệnh
　うん

🔑 〜というものではない　does not mean 〜／不是所说的〜／ không phải là 〜

Ⓔ Uses the「もの」used in description of situations and more. In this case, it means that "It being cold is not enough alone."

Ⓒ 在说明状态等时使用的「もの」。在这里是「冷也不是那么太厉害」的意思。

Ⓥ Sử dụng từ「もの」để giải thích một trạng thái nào đó. Ở đây có nghĩa là "Nếu trời lạnh thì chỉ thế thôi là không đủ".

EX1 日本に住めば、日本語が話せるようになる**というものではない**。
　　　　にほん　す　　　　にほんご　はな
（Just because you live in Japan, that does not mean you will become able to speak Japanese.／不是说住在日本就会说日语。／ Không phải là cứ sống ở Nhật thì sẽ nói được tiếng Nhật.）

EX2 食べ物は体に影響するものだから、安ければいい**というものではない**。
　　（た　もの　からだ　えいきょう　　　　　　　やす　）
（What you eat affects your body, so just because something is cheap does not mean it is better.／饮食会影响到身体将康，不是说便宜就好。／ Thực phẩm sẽ ảnh hưởng đến sức khoẻ, vì vậy không phải rẻ là tốt.）

🔑 ～てはじめて　　Only once ～／～才～／～mới …

E Expresses "only after certain condition(s) are met."

C 表示「只有满足一定条件时」的意思。

V Biểu thị ý rằng chỉ được thực hiện "khi đã có một điều kiện nào đó thỏa mãn".

EX1 病気をし**てはじめて**、健康の大切さに気づいた。
　　（びょう　き　　　　　　けんこう　たいせつ　　　き）
（Only once I got sick did I realize the importance of health.／得了病才知道健康的重要。／ Bị bệnh mới biết được sự quan trọng của sức khoẻ.）

EX2 子供を持っ**てはじめて**、親の苦労がわかった。
　　（こ　ども　も　　　　　　おや　くろう）
（Only once I had a child did I understand my parents' struggles.／有了孩子才知道父母的辛苦。／ Có con mới hiểu nỗi vất vả của bố mẹ.）

🔑 ～から～にかけて　　From ～ to ～／从～到～／ từ～ đến～

E An expression used to indicate a time or period with a certain span.

C 用于表示达到某种程度时的时间及期间。

V Cách nói biểu thị khoảng thời gian tương đối dài.

EX1 10月**から**11月**にかけて**、きれいな紅葉が見られます。
　　（がつ　　　　がつ　　　　　　　　　こうよう　み）
（You can see beautiful autumn leaves from October to November.／从 10月到 11月这段期间能看到漂亮的红叶。／ Có thể ngắm lá đỏ đẹp nhất từ tháng 10 đến thàng 11.）

EX2 東北地方**から**北海道**にかけて**、雪が降るでしょう。
　　（とうほく　ち　ほう　　ほっかいどう　　　　ゆき　ふ）
（It is forecast to snow from the Tohoku region to Hokkaido.／从东北到海道这片儿下雪吧。／ Tuyết sẽ rơi trong phạm vi từ miền Đông Bắc đến Hokkaido.）

🔍 Focus on the Structure

★ 「ダイヤモンドダスト」**とは**、〈[大気の 中]に ある 水分〉が 冷えて 固まり、

　　　　Nとは（～だ）

　　　　　　　　　agent／动作主体／ chủ thể

〈 それが 太陽に 照らされて 光る〉という 現象だ。

　　　　　　　　Passive Form／被动形　　　　　to quote／引用／ trích dẫn
　　　　　　　　／ Dạng bị động

「大気の…水分が…固まること」

CHECK

Q　文章の内容に合っていれば○、合っていなければ×を入れてください。
　　（ぶんしょう　ないよう　あ　　　　　　あ　　　　　　　　い）

　①ダイヤモンドダストは、日本全国で見られる。（　　　　）
　　　　　　　　　　　　（に ほんぜんこく　み）

　②ダイヤモンドダストを見るには、よく晴れて、空気が乾燥していなければならない。
　　　　　　　　　　　　（み　　　　　　は　　　　くう　き　かんそう）
　　　　　　　　　　　　　　　　　　　　　　　　　　（　　　　）

Lesson

⑰ 日々の生活から③〜意見

Daily Living ③ : Opinions
／日常生活③〜意見／ Từ cuộc sống hàng ngày ③〜 Ý kiến

Grammar Target
- 〜ば
- 〜たらどう

日本に来てからもうすぐ２年が経つ。留学する前は、日本人は親切だと聞いていた。確かに、大学で出会った友達は皆、とても優しい。しかし、意外に思うこともあった。他人に無関心なのだ。★スマホのゲームやメールのやりとりに夢中な人が多く、バスの中でお年寄りや赤ちゃんを抱いた女性が立っている光景も珍しくない。実際は、他人に関心がないというより、なるべく他人とかかわりを持たないようにしているのかもしれない。人には人の事情があるから、他人は口を出すべきではない、といった遠慮の気持ちもあるのだろう。ただ、困っている人がいれば、遠慮したり、あれこれ考えたりせず、素直に助けたほうがいいと思う。スマホばかり見ずに、周りにもう少し目を向けたらどうだろうか。そして、もう少し気軽に声をかけることができれば、もっと快適な社会になるだろう。

＊ やりとり：情報やメッセージなどを、互いに送ったり受け取ったりすること。

Vocabulary

□ 意外（な）：surprising／意外的／ Bất ngờ, ngoài dự tính

□ 他人：other／他人／ Người khác

□ 無関心（な）：disinterested／不关心／ Không quan tâm

□ 夢中：engrossed／热衷／ Say sưa, chăm chú

□ 抱く：hold／抱／ Ôm, ôm ấp

□ 光景：sight; spectacle／光景／ Quang cảnh

□ 珍しい：unusual／珍惜／ Hiếm hoi

□ 実際：actuality／实际／ Thực tế

□ 事情：circumstances／事情／ Tình hình

□ 口を出す：intrude／出口／ Nói xen vào, chen ngang

□ 遠慮（する）：(to be) reserved／客气／ Ngại ngần

□ あれこれ：this and that／ V来 V去／ Việc nọ việc kia

□ 素直に：obediently／天真、老实／ Thật thà

□ 目を向ける：見る、関心を向ける。

□ 気軽に：freely; readily／轻松、随便／ Thoải mái, dễ thở

□ 快適（な）：pleasant／舒适／ Thoải mái dễ chịu

🔑 ～ば　If～／如果～／Nếu ～

E An expression that indicates a condition. This becomes 「なら」 when it comes after a noun or a *na*-adjective（例：男なら、これなら、ひまなら）.

C 表示条，接名词、形容词时用「なら」，（例：男なら、これなら、ひまなら）。

V Cách nói thể hiện ý điều kiện. Trường hợp đi sau danh từ và tính từ đuôi NA sẽ chuyển thành 「なら」.（例：男なら、これなら、ひまなら）

> **EX1** 薬を飲んでもよくならなけれ**ば**、また、病院に来てください。
> （If you take this medicine and still do not get better, please come back to the hospital.／吃药也不好的话，请再来医院。／ Nếu uống thuốc rồi mà vẫn không khỏi thì hãy lại đến bệnh viện.）

> **EX2** 今夜、時間があれ**ば**、一緒に夕飯を食べませんか。
> （If you have time tonight, would you like to get dinner together?／今天晚上有时间的话，一起吃个饭吧。／ Tối nay nếu có thời gian bạn có thể ăn tối cùng tôi không?）

🔑 ～たらどう　Why not～／如果～会怎样？／ Nếu ～ thì sao? Thử ～ xem sao?

E A colloquial expression used when proposing or suggesting something. Using 「～たら？」 alone makes it a more casual expression.

C 是向别人提什么建议、推荐什么时使用的口语表现。只使用「～たら？」的话，有种很随便的感觉。

V Là mẫu câu văn nói sử dụng khi đưa ra để nghị hay mời mọc cái gì đó. Nếu chỉ là 「～たら？」 thì sẽ là cách nói thân thiết ngang hàng.

> **EX1** 心配なら、電話して聞いてみ**たらどう**ですか。
> （If you're worried why not call and ask?／如果担心的话，打个电话问问看怎么样？／ Nếu lo lắng thì anh thử gọi điện hỏi thử xem?）

> **EX2** 具合が悪そうだね。ちょっと休ん**だら**？
> （You don't seem well. Why not take a little rest?／你好像不太舒服，休息一下吧。／ Cậu có vẻ không khỏe nhỉ. Cậu thử nghỉ ngơi chút xem sao?）

🔍 Focus on the Structure

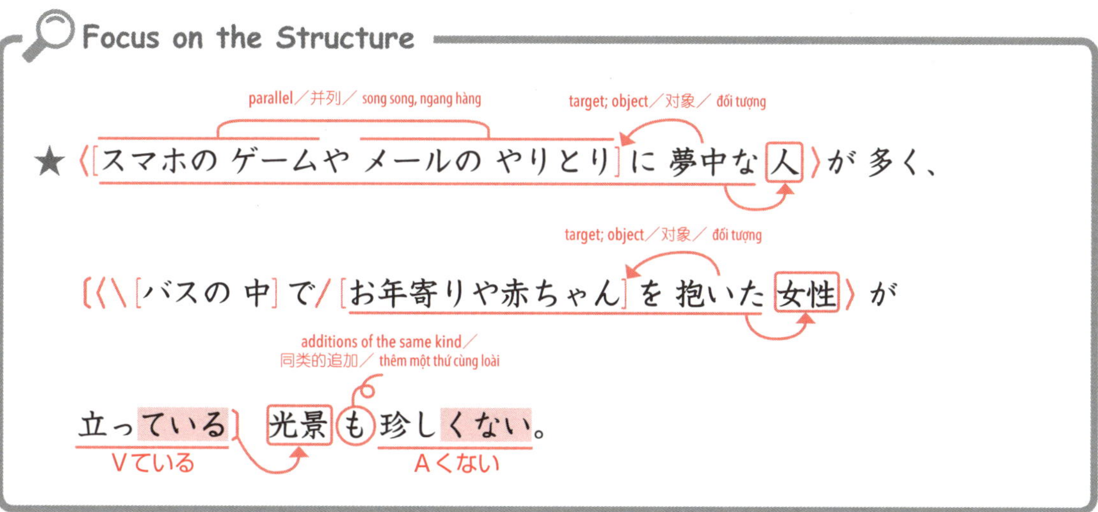

CHECK

Q 筆者の考えと合うものは○、違っていれば×をつけてください。

① 日本人はゲームのやりすぎだ。もっとほかのことにも興味を持つべきだ。（　　　）

② 人はそれぞれ考えがあるから、気軽に意見を言わないほうがいい。（　　　）

Lesson

18 体のこと
からだ

About the Body ／身体／ Cơ thể

★運動の前後に限らず、普段からストレッチをするように言われるこ
うんどう　ぜんご　かぎ　　　　ふだん　　　　　　　　　　　　　　　　　　　　　い
とが多いが、どうしてストレッチを勧められるのだろうか。その答えは、
おお　　　　　　　　　　　　　　　　すす　　　　　　　　　　　　　　　こた
どうやら筋肉の働きを知ることにあるようだ。私たちの体は、筋肉を伸
きんにく　はたら　し　　　　　　　　　　　　　わたし　　からだ　　きんにく　の
ばしたり縮めたりすることによって動かせるようになっている。立った
ちぢ　　　　　　　　　　　　　うご　　　　　　　　　　　　　た
り座ったりできるのも、そのおかげだ。しかし、その動きが何度も繰り
すわ　　　　　　　　　　　　　　　　　　　　　うご　なんど　く
返されると、しだいに筋肉に疲労がたまってしまう。動きが急で激しい
かえ　　　　　　　　きんにく　ひろう　　　　　　　　　　うご　きゅう　はげ
場合には、筋肉が切れてケガをすることもある。だから、ときどき筋肉
ばあい　　きんにく　き　　　　　　　　　　　　　　　　　　　　　　きんにく
を伸ばしてやわらかくする必要がある。また、筋肉は、使わないとどん
の　　　　　　　　　　　　　ひつよう　　　　　きんにく　つか
どん弱くなってしまう。それだけでなく、体が太りやすくなったり、骨
よわ　　　　　　　　　　　　　　　　　　からだ　ふと　　　　　　　　ほね
のゆがみを招いたりする。そうならないためにも、意識的に筋肉を動か
まね　　　　　　　　　　　　　　　　いしきてき　きんにく　うご
すことが大切だ。さらに、ストレッチをすることで、リラックスできたり、
たいせつ
体が温まったりなど、さまざまな効果が得られる。
からだ　あたた　　　　　　　　　　　　こうか　え

＊ ゆがみ：力や重さを受けて、曲がるなど、元の形でなくなること。
ちから　おも　う　　　　ま　　　　　もと　かたち

Vocabulary

□ 勧める：recommend／劝／ khuyên, khuyến khích
すす

□ 筋肉：muscle／筋肉／ cơ bắp
きんにく

□ 働き：work／工作／ chức năng
はたら

□ 伸ばす：extend／伸长／ làm dài ra, vươn ra
の

□ 縮める：shorten／缩短／ co lại
ちぢ

□ 繰り返す：repeat／反复／ lặp đi lặp lại
く　かえ

□ 疲労：fatigue／疲劳／ mệt mỏi
ひろう

□ たまる：accrue／蓄积／ tích tụ, dồn lại

□ ケガ／けが：injury／受伤／ vết thương

□ 骨：bone／骨头／ xương
ほね

□ 招く：invite／招待、导致／ mời
まね

□ 意識的に：consciously／有意识的／ có ý thức
いしきてき

□ リラックス（する）：(to) relax／放松／ thư giãn

□ 温まる：warm up／温暖／ được làm ấm, ấm lên
あたた

□ 効果：effect／效果／ hiệu quả
こうか

～に限らず
かぎ
Not only ～／不限于～／không chỉ ～

Ⓔ Expresses that something applies not only for the stated scope but for a wider range as well.

Ⓒ 表示不只是那个范围，会扩大到更广的范围。

Ⓥ Thể hiện ý không chỉ trong phạm vi đó mà trong cả phạm vi lớn hơn nữa.

EX1 この食堂は、学生に限らず、誰でも利用できる。
しょくどう　　　　　がくせい　かぎ　　　だれ　　　りよう
（Anyone can use this cafeteria, not only students.／这个食堂不只限于学生，谁都可以利用。／Căn tin này không chỉ sinh viên mà bất cứ ai cũng có thể sử dụng.）

EX2 今回に限らず、田中さんにはいつもお世話になっている。
こんかい　かぎ　　　たなか　　　　　　　　　　　せわ
（I'm always much obliged to Tanaka-san, not only this time.／不只是这次，总是得到田中的关照。／Không chỉ lần này mà anh Tanaka luôn luôn giúp đỡ tôi.）

～ように言う
い
tell someone to ～／说～／bảo, nhắc làm gì đó

Ⓔ Expresses that the goal of a certain action is to create a certain situation. Used when communicating instructions or stating a goal.

Ⓒ 表示以某种状为目的，在传达指示时或叙述目标等时使用。

Ⓥ Cách nói thể hiện ý hướng vào một trạng thái nào đó. Được sử dụng khi truyền đạt chỉ thị hoặc đưa ra mục tiêu v.v..

EX1 子どものとき、母からよく本を読むように言われた。
こ　　　　　　はは　　　　ほん　よ　　　　　　い
（When I was a child, my mother used to often tell me to read.／小时候妈妈常说让我多看书。／Hồi còn nhỏ mẹ hay bắt tôi đọc sách.）

EX2 美術館では写真を撮らないように注意された。
び じゅつかん　　しゃしん　と　　　　　　　　ちゅうい
（I was warned to not take photographs at the art museum.／在美术馆里被人警告不要拍照。／Tôi đã bị nhắc nhở là đừng chụp ảnh ở bảo tàng mỹ thuật.）

～ようになっている
The way it works is that～／成为～／được quyết định ～

Ⓔ Expresses that a certain situation is fixed.　Ⓒ 表示已经形成了某种状态。

Ⓥ Cách nói thể hiện một trạng thái nào đó được quyết định.

EX1 このドアはボタンを押すと開くようになっている。
お　　　あ
（The way it works is that this door opens when you press a button.／这个门一按按钮就开。／Cái cửa này khi bấm nút sẽ mở ra.）

EX2 食事は、肉料理か魚料理か、選べるようになっている。
しょく じ　　にくりょう り　さかなりょう り　えら
（The way it works is that you can choose between meat or fish for your meal.／饭是从鱼或肉中选一个。／Với bữa ăn, khách có thể lựa chọn món thịt hay món cá.）

🔍 Focus on the Structure

★〔\〔運動の 前後〕に 限らず、/

a simple conjunction／单纯的接续／kết nối đơn giản

adverb about time／时间的副词／trạng từ chỉ thời gian

〈\普段から/ストレッチを する ように 言われる こと〉が 多い が、〕

Ｖ ように
goal／目的／mục đích

（人に）
ひと
abbreviation／省略／lược bỏ

target; object／对象／đối tượng

どうして ストレッチを 勧められる の だろうか。

proposing a question／问题的提起／đặt vấn đề

CHECK

Q1 それとはどんなことですか。

Q2 筋肉をやわらかくするのは何のためですか。
きんにく　　　　　　　　　　なん

Lesson

⑲ 今日の出来事⑤〜交通事故

What Happened Today ⑤ : Traffic Accident
／今天发生的事⑤〜交通事故／ Chuyện ngày hôm nay ⑤〜 Tai nạn giao thông

朝、大学に行く途中で、生まれて初めて交通事故を見た。交差点で、真っすぐ走るバイクと左に曲がる車がぶつかってしまったのだ。バイクに乗っていた男性は、バイクと一緒に4、5メートル飛ばされていた。★ヘルメットをかぶっていたので、頭は大丈夫そうだったが、どこかをけがしたみたいで、動けない様子だった。目の前で事故が起きて、あまりにこわくて、立っていられないくらいだった。誰かが連絡したようで、すぐに救急車が来た。その早さに驚いた。それから急いで大学に行ったけど、しばらくは気持ちが落ち着かなかった。今までは救急車の音を聞くとうるさいと思っていたけど、救急車のありがたさを感じた。

Vocabulary

- □ 〜する途中で：while 〜ing／〜的途中／ Đang 〜 giữa chừng
- □ 交通事故：traffic accident／交通事故／ Tai nạn giao thông
- □ 交差点：intersection／交叉点／ Ngã tư
- □ ぶつかる：strike; hit／撞／ Va vào
- □ 救急車：ambulance／救护车／ Xe cấp cứu

🔑 〜くらい　　About 〜／像〜样的／〜 Đến nỗi

Ⓔ「くらい」expresses degree, and in this case it expresses "extremely scary and standing is the most that can be done."「くらい」is similar to「ほど」, but「くらい」is more conversational.

Ⓒ「くらい」表示程度，这里表示「非常可怕，很难站立」的样子。「くらい」与「ほど」相似，不过「くらい」比较口语化。

Ⓥ「くらい」là từ chỉ mức độ, ở đây là chỉ việc "quá sợ hãi, cố lắm mới đứng được".「くらい」giống với「ほど」nhưng「くらい」dùng trong văn nói.

EX1 恥ずかしくて、逃げ出したくなるくらいだった。
(I was so embarrassed that I was about to run away.／羞得我都想逃出去（都想有洞钻出去）了。／ Xấu hổ quá đến nỗi muốn chạy trốn.)

EX2 その知らせを聞いた時は、飛び上がるくらいうれしかった。
(When I heard that notification, I was so happy I was about to leap into the air.／听到那个消息时高兴得要跳起来了。／ Khi nghe thông báo đó, tôi vui đến nỗi nhảy cẫng lên.)

 **〜さ**　~ness; ~ion／〜度／(danh từ hóa tính từ)

Ⓔ Adding 「さ」 to an adjective form turns it into a noun expressing the same thing.
　Ex：おいしい(Delicious)－おいしさ(Deliciousness)、おもしろい(Attractive)－おもしろさ(Attractiveness)

Ⓒ 附加在形容词后，成为名词。例：おいしい(好吃)－おいしさ(好吃程度)　おもしろい(有趣儿)－おもしろさ(有趣儿程度)

Ⓥ Tính từ có 「さ」 đứng sau sẽ trở thành danh từ.
　Ví dụ：おいしい(ngon)－おいしさ(ngon)、おもしろい(sự ngon, thú vị)－おもしろさ(sự thú vị)

EX1 工場を見学して、技術の高さに驚いた。
（Visiting the factory, I was surprised by its high level of technology.／去工厂参观，对技术的高超感到惊叹。／ Đến tham quan nhà máy và ngạc nhiên trước mức độ kỹ thuật cao.）

EX2 このコートがあれば、冬の寒さも心配ない。
（You don't need to worry about winter coldness if you have this coat.／有了这件大衣，就不用担心冬天的寒冷了。／ Nếu có áo khoác này thì không còn lo cái lạnh mùa đông nữa.）

🔍 Focus on the Structure

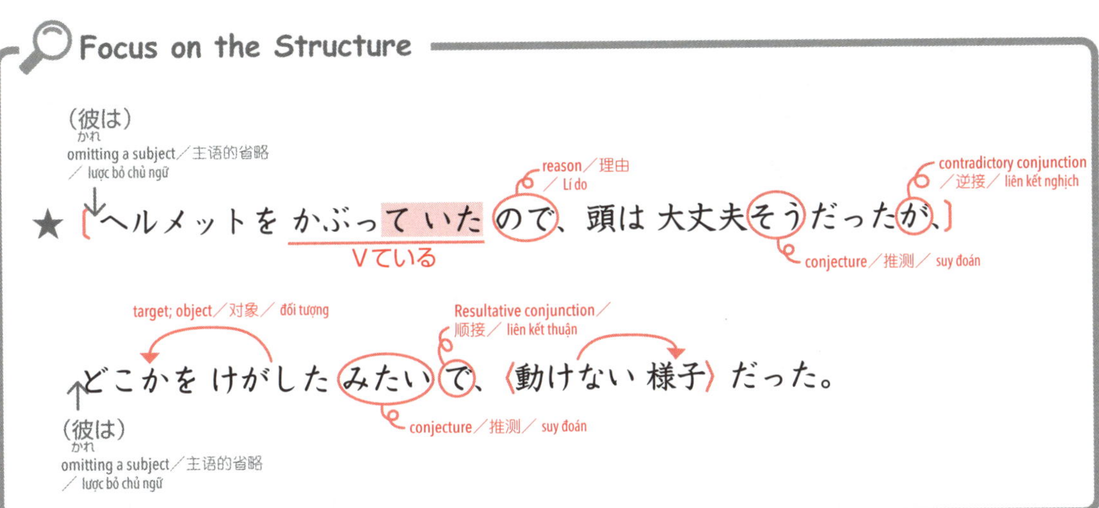

CHECK

Q1　その とは何を指していますか。

Q2　筆者は今、救急車に対して、どう思っていますか。

Lesson 20 インターンシップ

Internship／实习／Thực tập

　　今年の夏休みは、アルバイトをするかわりに、日本の会社で2週間、インターンシップをした。これまでレストランでしか働いたことがなかったので、ふつうの会社のオフィスで働くのはとても新鮮だった。

　　会社では、まず最初に、電話の受け方を教わった。★マニュアルに基づいて話せばいいと言われたのだが、そんな簡単なものではなく、私には最後まで一番難しい仕事だった。電話の場合、情報は言葉だけになるので、日本語の力がより重要になる。「相手の言うことがわかるだろうか」とか、「変な日本語と思われないだろうか」とか、いろいろ不安に感じ、とにかく緊張した。実際、電話の相手には、早口の人やはっきりしゃべらない人など、いろいろな人がいて、思った以上に大変だった。何度か本当に困ってしまって、泣きそうな気持ちにもなったが、絶対負けたくないと思って頑張った。そして、なんとか慣れることができたのだが、プログラムはもう終わりを迎えるときだった。そこで終わるのが少し残念だったが、苦労したおかげで、電話でよく使う日本語が身についたように感じた。

　　たった2週間という短い期間だったが、いろいろ学ぶことができて、貴重な経験になった。

* インターンシップ：学生が、学習の機会を得るために、会社などで実際の仕事をすること。また、その期間。
* マニュアル：ある事柄について、やり方や注意点などをまとめたもの。

Vocabulary

□ 重要(な)：valuable／重要／quan trọng

□ 緊張(する)：(to) be tense／紧张／căng thẳng

□ 実際：actuality／实际／thực tế

□ 早口：早くしゃべること。

□ プログラム：program／程序／chương trình

□ 貴重(な)：precious／贵重／quý báu

🔑 〜かわりに　Instead of 〜／代替〜／thay vào đó 〜

Ⓔ「かわり」expresses a stand-in or substitution for something, while「かわりに」means "not that" or "not doing that."

Ⓒ「かわり」表示什么的代理或代用，「かわりに」是表示「不是那个、不要做那个」的意思。

Ⓥ「かわり」có nghĩa là sự thay thế của một cái khác và「かわりに」biểu hiện "thay vào đó, không làm việc đó mà là …".

EX1 夏休みは、国に帰る**かわりに**、大学の食堂でアルバイトをした。
なつやす　　　くに　かえ　　　　　　　　だいがく　しょくどう
(Instead of going back to my country during summer break, I worked part-time at the university cafeteria.／暑假不回家，（取而代之的是）在大学食堂打工了。／Kỳ nghỉ hè tôi không về nước, thay vào đó tôi đã làm thêm ở căn tin đại học.)

EX2 牛肉の**かわりに**豚肉を使ってもいいです。
ぎゅうにく　　　　　ぶたにく　つか
(You can also use pork instead of beef.／也可以用猪肉代替牛肉。／Có thể sử dụng thịt lợn thay cho thịt bò.)

🔑 〜に基づいて　Based on 〜／根据〜，以〜为基础／dựa vào 〜
　　　　もと

Ⓔ Expresses "used as the basis of a decision, action, or so on." Used in the same way as「〜にしたがって」.

Ⓒ 表示「以什么为基础而做出的判断及行为」的意思。与「〜にしたがって」相同。

Ⓥ Lấy cái gì đó làm tiêu chuẩn đánh giá hoặc lý do hành động. Cũng có thể sử dụng giống như「〜にしたがって」.

EX1 テストの結果に**基づいて**、クラスを決めます。
　　　　　けっか　もと　　　　　　　　き
(Your class will be determined based on your test results.／根据考试结果分班。／Dựa vào kết quả kiểm tra, sẽ quyết định lớp học.)

EX2 計画に**基づいて**、来月から工事が始まる。
けいかく　もと　　　　らいげつ　こうじ　はじ
(Construction will begin next month based on the plan.／根据这个计划，下个月开工。／Theo kế hoạch, công trình xây dựng sẽ được bắt đầu vào tháng sau.)

🔑 〜ばいい　Should 〜／〜做就行／sẽ 〜

Ⓔ Means "it is appropriate to〜" or "doing 〜 will act as a solution."

Ⓒ 表示「做〜很合适」或「〜做就可以解决」这样的意思。

Ⓥ Mang ý nghĩa "làm như thế là thích hợp" hoặc "làm như thế sẽ được giải quyết".

EX1 疲れたら、休め**ばいい**。　(If you are tired, you should rest.／累了就休息。／Khi nào mệt thì hãy nghỉ đi.)
　　つか　　　　やす

EX2「駅はどう行け**ばいい**ですか」「この道をまっすぐ行け**ばいい**ですよ」
　　えき　　　　い　　　　　　　　　　　　みち　　　　　　　い
("Where should I go to get to the station?" "You should go straight on this road."／「去火车站怎么走？」「沿着这条道直走就是。」
／ "Đường đến nhà ga đi như thế vậy?". "Anh cứ đi thẳng đường này là sẽ tới nơi.")

🔑 より〜　More 〜／比〜更／hơn 〜

Ⓔ Means the same thing as「もっと〜」, but is more of a term used in written language than「もっと〜」.

Ⓒ 与「もっと〜」意思相同，比「もっと〜」更文章语化。

Ⓥ Mang ý nghĩa giống với「もっと〜」, nhưng được dùng trong văn viết nhiều hơn「もっと〜」.

EX1 この国にとって、教育は**より**重要な課題だ。
　　　　くに　　　　　きょういく　　じゅうよう　かだい
(Education is an even more important challenge in this country.／对这个国家来说，教育是更重要的课题。／Đối với đất nước này thì giáo dục là một vấn đề quan trọng hơn.)

EX2 こっちの方が**より**自然な表現だと思う。
　　　　　ほう　　　　しぜん　ひょうげん　おも
(I think this one is a more natural expression.／我认为还是这个表达得很自然。／Theo tôi nghĩ, cách nói này tự nhiên hơn.)

🔑 ～ように感じる /思う Feel/think that ～／感觉～／认为～／Tôi cảm thấy/nghĩ rằng hình như ～

E「～と感じた / 思った」is an expression used to describe an impression when you are not certain of something, rather than stating one's judgment or impression as-is.

C「～と感じた / 思った」是对所表述的判断及感想不太确信，但有种那样的感觉的意思。

V Khác với cách nói thẳng sự đánh giá hoặc cảm tưởng「～と感じた / 思った」, đây là cách diễn đạt cảm tưởng khi chưa xác định được chắc chắn.

EX1 彼が言っていることは間違っている**ように思う**。
(I think that what he is saying is wrong.／他说的我觉得好像不对。／ Tôi nghĩ rằng hình như điều anh ấy nói là không đúng.)

EX2 この店は、最近、サービスが悪くなった**ように感じる**。
(I feel that the service at this store has gotten worse lately. ／ 这家店最近服务好像不好了。／ Tôi cảm thấy dạo gần đây dịch vụ của cửa hàng này hình như không tốt như trước.)

🔍 Focus on the Structure

★〈[マニュアルに 基づいて] 話せば いい〉と 言われた の だが、
　　　　　～に基づいて　　　Vばいい

＼〈そんな 簡単な もの〉ではなく、／

私には 〈＼最後まで／ [一番 難しい] 仕事〉だった。

CHECK

Q1 <u>一番難しい仕事</u>は、どんなことですか。

Q2 このプログラムで、特に何を覚えましたか。

ふくしゅう　§2 (Lesson 11-20)

I つぎの❶〜❻の______に合うものをa〜gの中からえらんで、文をつくりましょう。

Choose what best goes in blanks ❶〜❻ from a〜g to create a sentence.
请从a〜g中选择适合下面❶〜❻的 ____ 进行造句。
Chọn một từ hoặc một cụm từ trong a〜 g để điền vào chỗ _____ trong câu ❶〜❻ và hoàn thành câu.

❶ 予約しなければ　______________________________。

❷ 手伝ってくれる人を　______________________________。

❸ 確かに、予約しておくほうが　______________________________。

❹ 席が余っていたら　______________________________。

❺ パンダの数は少し増えているが　______________________________。

❻ 女性の数がまだ十分ではないのが　______________________________。

a．まだまだ心配な数字である	b．現状だ
c．チケットは取れないだろう	d．合理的である
e．ゆずってくれませんか	f．歓迎します
g．とどまっている	

II （　　）の中に入れることばをa〜dからえらびましょう。

Choose words to put in (　　) from a〜 d.
请从a〜d中选择正确的词语填入（　　）内。
Chọn một từ hoặc một cụm từ trong a〜 d để điền vào chỗ（　　）.

❶ プレゼントをあげる（　　　　）、食事をごちそうしてあげました。

　a　かわりで　　　　b　かわりに　　　　c　かわりも　　　　d　かわりを

67

❷ 小学生（　　　　）、そんなことは知っている。
しょうがくせい　　　　　　　　　　　　　　　　　し

　　a　では　　　　　　　b　には　　　　　　　c　でさえ　　　　　　d　によって

❸ 困ったときは、ここに電話（　　　　）いい。
こま　　　　　　　　　　　　でんわ

　　a　しては　　　　　　b　したくて　　　　　c　すれば　　　　　　d　するよう

❹ 事故が起き（　　　　）、その場所がどんなに危険か、わかった。
じこ　お　　　　　　　　　　　ばしょ　　　　　　きけん

　　a　てはじめて　　　　b　てからはじめて　　c　たらはじめて　　　d　るとはじめて

❺ これ（　　　　）、ほかのことでも、彼には助けてもらったんです。
かれ　　たす

　　a　ばかりは　　　　　b　ばかりに　　　　　c　ばかりでも　　　　d　ばかりでなく

Ⅲ　つぎの❶〜❺の＿＿＿＿に合うものをa〜fの中からえらんで、文をつくりましょう。
あ　　　　　　　　　　なか　　　　　　　　ぶん

Choose what matches the following ____ marks ❶〜❺ from a〜f to create a sentence.
请从a〜f中选择适合下面❶〜❺的 ____ 进行造句。
Chọn một cụm từ trong a 〜 f để điền vào chỗ ____ trong câu ❶〜❺ và hoàn thành câu.

❶ ＿＿＿＿＿＿＿＿＿＿＿＿　眠らないと体をこわしますよ。
ねむ　　からだ

❷ ＿＿＿＿＿＿＿＿＿＿＿＿　いいことだと思います。
おも

❸ ＿＿＿＿＿＿＿＿＿＿＿＿　ここで待てばいいです。
ま

❹ ＿＿＿＿＿＿＿＿＿＿＿＿　だいぶ慣れてきた。
な

❺ ＿＿＿＿＿＿＿＿＿＿＿＿　持っているということです。
も

a. 頑張るのはいいことですが 　　がんば	b. 若い先生ほど政治に関心を 　　わか　せんせい　せいじ　かんしん
c. 体重計がよく売れるのは 　　たいじゅうけい　う	d. 時間はあるから 　　じかん
e. 新しい仕事にも 　　あたら　しごと	f. なぜ眠るのか 　　ねむ

モデル文章の訳

Model Sentence Translations
模式文章的翻译
Phần dịch của đoạn văn mẫu

Lesson ⑪

Ⓔ Winter low pressure has been spreading across the Sea of Japan side from the second half of last week, resulting in record snowfall in various locations. ★ All day yesterday, not only was the Akita Shinkansen stopped from its first train, rail and road snow clearing operations continue to be delayed, majorly affecting the entire transportation system. As employees cannot get to work at many factories inside Akita city, production is currently not possible. Even skiing areas that would normally hope for snow cannot operate because of snow piled on lift seats, and some are wishing that no more snow would fall.

Ⓒ 从上周四开始，冬天的低气压在日本海一带扩散，各地都下了有史以来的大雪。★不但秋天新干线昨天一天全部都停止运行，而且由于铁道及道路的除雪作业进行缓慢，也给所有的交通设施带来了很大的影响。秋田市内的很多工厂，因为工人不能上班，处于停产状态。就连期待积雪的滑雪场也因为坐席上积满了雪而不法营业。人们都在内心里大喊「别再下了！」。

Ⓥ Từ cuối tuần trước, áp thấp nhiệt đới mùa đông trên diện rộng phía biển Nhật Bản gây nên tuyết lớn kỉ lục tại các vùng. ★ Không chỉ tuyến tàu siêu tốc Akita phải dừng toàn bộ từ chuyến đầu tiên từ hôm kia mà hôm nay các tuyến đường sắt và công tác dọn tuyết đường bộ đều bị chậm gây ảnh hưởng lớn tới toàn bộ hệ thống giao thông. Nhiều nhà máy nằm trong thành phố Akita, do nhân viên không thể đi làm nên rơi vào tình trạng không thể sản xuất. Ngay cả những bãi trượt tuyết luôn mong tuyết rơi dầy cũng không thể kinh doanh vì tuyết tích tụ trên ghế cáp treo khiến người dân phải kêu lên rằng "Tuyết đừng rơi nữa!".

Lesson ⑫

Ⓔ My teeth hurt, so when I called a dentist to request a reservation, the woman at reception said "please tell me your medical card number." After that, I had them give me a regular examination, but I remembered how the woman at reception didn't ask about the state of my teeth or my name, only my medical card number, and it made me think that I was like a number. When I entered a small cafeteria near the hospital on my way back, a young woman came to take my order and asked, "What number will you have?" I then noticed that on the wall were pieces of paper with the names of dishes and numbers written on them. I quickly found the number of the food I wanted to eat and ordered. ★ I then said the name of the food and tried saying, "This is good, isn't it," but the woman did not reply and only confirmed the number. Today I was treated using a number and ate using a number. I wonder if I will be relying on numbers tomorrow as well.

Ⓒ 牙疼给牙科医院打电话预约时，接电话的女子说：“请说一下您的问诊券号码”。之后，我跟往常一样看了牙，可是想起接电话的女子不问我牙的情况和我的名字，只问号码时，觉得自己就像是一个号码。回来时，进了医院旁边的一家小餐馆，年轻的女子过来问我点什么说：“您要几号？”，我才注意到墙上贴着写着料理的名字及号码的纸，连忙找到了自己想吃的菜的号告诉了她。★那时我说了料理的名字，问她“这个，好吃吧？”，她什么也没回答，只是确认了号码。今天用号码看了病，用号码吃了饭，明天还要劳驾号码吧。

Ⓥ Bị đau răng nên tôi gọi điện tới nha sĩ để đặt hẹn thì cô lễ tân nói rằng: "Hãy đọc cho tôi số phiếu khám bệnh". Sau đó tôi được khám bình thường nhưng tôi nhớ ra cô lễ tân không hỏi tình trạng răng lẫn tên của tôi mà chỉ hỏi số phiếu khám khiến tôi nghĩ tôi giống như là con số vậy. Trên đường về tôi ghé vào quán ăn nhỏ bên cạnh bệnh viện, một cô gái trẻ đến hỏi gọi món và nói: "Anh chọn số nào ạ?". Tôi nhận ra có tờ giấy dán trên tường ghi tên món ăn và số. Tôi nhanh chóng tìm số món ăn mà mình muốn ăn rồi gọi món. ★ Lúc đó, tôi nói tên món ăn và nói: "món này, trông ngon nhỉ" nhưng cô gái không trả lời mà chỉ xác nhận lại số. Hôm nay tôi được khám bằng số, ăn bằng số. Ngày mai chắc tôi lại được các con số chăm sóc chăng.

Lesson ⑬

Ⓔ (News article)

The panda cub born at Ueno Zoo in June, シャンシャン（香香）. reached 150 days since its birth on the 9th. She can now walk well, and on the 6th, she was able to climb to the top of a log. "Practice" has already begun in preparation for her exhibition to the public next month. ★ It has been 29 years, in 1988, since it was last possible to see a panda cub at Ueno, and this will be the third panda to be born and raised in Ueno. At the Ueno Zoo, in order to let people know about the fear that they will go extinct, 1,800 origami pandas have been made and are being exhibited, which corresponds to the number of pandas that are living in the wild.

C〈新闻报道〉

上野动物园 6 月出生的熊猫宝宝香香，这个月的 9 号迎来了诞生后的 150 天。小家伙走得很好，6 日还登上了圆柱子上。下个月将向观众公开，现在开始"练习"。★在上野自从 1988 年看到熊猫宝宝以来，这次是时隔 29 年在上野生育的第三只熊猫宝宝。上野公园为了让人们知道熊猫面临灭绝的危机，展示了现在野生生存的 1800 只数量的熊猫折纸。

V〈Bài báo〉

Chú gấu mèo chào đời vào tháng 6 tại vườn thú Ueno, Shan-Shan (Hương Hương) đã đón ngày sinh thứ 150 vào ngày mùng 9. Chú đi vững hơn và đã trèo lên trên đỉnh cây gỗ vào ngày mùng 6. Chú cũng bắt đầu luyện tập để chuẩn bị cho ngày ra mắt vào tháng sau. ★ Có thể xem gấu mèo sơ sinh tại vườn thú Ueno là từ sau năm 1988, sau 29 năm và đây là chú gấu mèo thứ 3 sinh ra và lớn lên ở Ueno. Tại vườn thú Ueno còn làm và trưng bày 180 chú gấu mèo bằng giấy tương đương với số gấu mèo hoang dã còn sống để mọi người biết về tình trạng tuyệt chủng đang rất đáng lo ngại.

Lesson ⑭

E Today was one failure after another. I bought one T-shirt, but I later realized it was the wrong size. "What should I do..." I thought, but I had the receipt so I was able to have them exchange it for one that was the correct size. Next was the evening. I was waiting for Mayumi-san at the station, but she wouldn't come no matter how long I waited. ★ I called her, thinking that I may have gotten the time wrong, and indeed, that was the case. Mayumi-san asked me, "Couldn't you be tired?" It was true, I have been feeling a little tired lately. I may be pushing myself a little too hard, both in my studies and my part-time job. I am going to bed late, too, and that must not be good either. I thought that I should try to sleep a little earlier from now on.

C 今天接连出错。买了一件体恤衫，过后发现号码错了。不知该怎办好，幸好有收据在，换了个正确的号码。之后傍晚在火车站与"MAYUMI"见面，怎么等也不见她来，★我想也许是我把时间搞错了，打电话问了，结果还是我弄错了。MAYUMI 说"是不是太累了？"，的确最近有点儿累，可能是学习打工都太用劲儿了，睡得也很晚，这也不太好吧。我想今后要早点睡。

V Hôm nay là ngày thất bại liên tục. Tôi mua một chiếc áo phông nhưng lại phát hiện ra nhầm cỡ. Tôi nghĩ làm sao bây giờ nhưng vẫn còn hóa đơn nên có thể đổi sang cỡ đúng của mình. Tiếp đến là buổi chiều. Tôi hẹn gặp bạn Mayumi ở ga nhưng đợi mãi mà không thấy tới. ★ Tôi nghĩ mình nhầm giờ nên gọi điện thì quả đúng là như vậy. Mayumi bảo tôi: "Chắc cậu bị mệt rồi đó!". Đúng là gần đây tôi thấy hơi mệt. Chắc tôi đã hơi cố học lẫn làm thêm. Lại đi ngủ muộn chắc cũng không tốt lắm. Từ giờ tôi sẽ ngủ sớm hơn một chút.

Lesson ⑮

E Recently, it seems that home scales are selling well. It is desirable to have an interest in your weight from a health perspective, so it is a good thing that scales are selling well. Meanwhile, scales have also advanced. While they indicated your weight primarily using a needle in the past, digital scales now seem to be popular. Digital scales can be adjusted to display many different kinds of numbers. In fine cases, they can even display 50-gram differences. ★ Knowing about accurate changes in one's weight is essential to people on diets and athletes who need to manage their weight. However, it is probably better for those who live regular lives to not check for changes in their weight every day, but rather over a longer term, such as in one-month intervals. This is because becoming happy or worried about minor numerical changes can lead to stress.

C 最近家用体重秤听说很畅销，注意体重这在健康上是一件好事，体重秤畅销也是一件好事。现在的体重秤也先进了，以前是用指针来表示体重，最近数码式的好像很受欢迎。数码式的可以调节数字的显示。精细的场合可以以 50 克单位来表示。★能更正确了解体重的变化，对在减肥的人及必须对体重加以管理的运动员们来说是必要的，非常有用。可是，一般的人不用每天测量，应该间隔长一点儿，比如一个月的间隔来确认一下体重的变化就可以了吧。为了微小的数字的变化而担心，这样会增加精神压力的。

V Gần đây nghe nói cân sức khỏe dùng trong gia đình bán khá chạy. Việc quan tâm tới cân nặng là điều tốt trong rèn luyện sức khỏe và cân sức khỏe bán chạy cũng là một tin hay. Bên cạnh đó cân sức khỏe cũng rất phát triển. Trước đây chủ yếu là loại cân chỉ cân nặng bằng kim nhưng gần đây loại điện tử có vẻ được ưa chuộng hơn. Cân điện tử có thể điều chỉnh cách hiển thị con số. Nếu muốn chi tiết thì có thể hiện thị tới 50gram. ★ Việc biết chính xác hơn sự thay đổi cân nặng rất cần thiết cho người đang ăn kiêng hay vận động viên thể thao phải quản lí cân nặng nên rất hữu ích. Tuy nhiên, người sinh hoạt bình thường thì không cần hàng ngày mà lâu lâu, ví dụ 1 tháng mới cần kiểm tra cân nặng. Vì sự chênh lệch vài con số thôi khiến người ta vui hay lo sẽ làm tăng thêm căng thẳng.

Lesson ⑯

Ⓔ Are you familiar with "diamond dust"? ★ Diamond dust is the phenomenon that occurs when the water in the atmosphere freezes and hardens, then shines as it is illuminated by the sun. While this is a phenomenon that can only be seen in regions with cold winters, it is not as though coldness alone is all that is needed. It is a valuable thing that can only be seen once all of the following conditions are met. First, it must be clear with no wind, the temperature must be below negative 10 degrees, and the humidity must be high. Then, it must be an early morning with no fog and far visibility. Because of this, it is said that if you want to see diamond dust, you should visit a basin such as Hokkaido's Tokachi district or Nayoro city from January to February. You need to be quite lucky in order to see it, so it must be a wonderfully moving thing to actually see.

Ⓒ 大家知道「ダイヤモンドダスト／钻石粉尘」吗？ ★ "钻石粉尘"就是大气中的水分冷却凝固后，在太阳的照射下发光的现象。虽然只有在冬季寒冷地带才能见到，但不是说冷就可以。这是必须具备以下的所有条件才能看到的非常珍贵的现象。首先是晴天无风，温度在零下10度以下，湿度高。其次是没有雾，能清楚地看到远处的大清早。所以看"钻石粉尘"是1月到2月这期间，去北海道的十胜郡或名寄市、旭川市等盆地最好。不是运气特别好的看不到，所以当你实际看到时的感动一定是难以形容的。

Ⓥ Các bạn có biết đến từ "Bụi kim cương" không? ★ "Bụi kim cương" là hiện tượng nước trong không khí bị đông kết, khi mặt trời chiếu vào thì phát sáng. Đây là hiện tượng chỉ có thể thấy ở vùng lạnh vào mùa đông nhưng không phải cứ lạnh là được. Hiện tượng hiếm có này chỉ có thể nhìn thấy khi hội tụ đủ những điều kiện sau đây. Đầu tiên là trời quang không gió, nhiệt độ dưới âm 10 độ, độ ẩm cao. Ngoài ra phải vào buổi sáng không có sương, nhìn được xa. Vì vậy, để nhìn thấy "bụi kim cương" các bạn nên đến thăm vùng bồn địa như Tokachi, Nayoro, Asahikawa của Hokkaido từ tháng 1 đến tháng 2. Phải may mắn lắm mới có thể nhìn thấy nên cảm giác khi nhìn thấy thực tế chắc sẽ vô cùng tuyệt vời.

Lesson ⑰

Ⓔ It will soon be two years since I came to Japan. Before studying abroad, I had heard that Japanese people are considerate. Indeed, all of the friends I have met at university are very kind. However, there was something I was also surprised by. They are indifferent to strangers. ★ It is not unusual to see an elderly person or a woman holding a baby standing on a bus because of all the people who are absorbed in playing games or sending and receiving emails on their smartphones. In reality, it may be that rather than being uninterested in strangers, they try as much as possible to not become involved with strangers. They must also have feelings of reservation, thinking that strangers should not intrude, as everyone has their own circumstances. However, I think it is better to honestly help someone if they are in trouble, rather than being reserved and thinking about this and that. Why not look a little more at your surroundings instead of looking at nothing but a smartphone? And I also think that society can become more pleasant if people are able to speak to others a little more easily.

Ⓒ 来日本已经两年了。留学前，我听说日本人很热情。的确在大学认识的朋友都很亲切，可是也有感到意外的就是对他人没有兴趣。★聚精会神地玩手机游戏或互发短信的人很多，公交车里经常看见年纪大的及抱小孩儿的女性站着。实际上，与其说是对他人没兴趣，不如说不想与他人有瓜葛吧。各人有各人的事情，外人不应该说三道四，大概也有这样的顾虑吧。我觉得，如果有人有困难，不要顾虑，不要想来想去，只是自然地帮助就行。不要光看手机，稍微关注一下周围怎么样。如果能再随意地打下招呼，那么这个社会会变得更加和谐。

Ⓥ Đã gần 2 năm trôi qua kể từ khi tôi đến Nhật. Trước khi du học tôi từng nghe người Nhật rất thân thiện. Quả đúng là bạn bè tôi gặp ở trường đại học tất cả đều rất tốt. Nhưng có chuyện tôi cũng thấy bất ngờ. Đó là không quan tâm tới người khác. ★ Nhiều người mải mê với game hay trao đổi mail trên điện thoại, người già và phụ nữ bế trẻ nhỏ phải đứng trên tàu là hình ảnh không hề hiếm. Thực ra có lẽ người ta cố gắng không liên quan tới người khác thì đúng hơn là không quan tâm tới người khác. Mỗi người lại có lí do riêng của của mình nên chắc mọi người đều thấy e dè rằng không nên tham gia vào chuyện của người khác. Tuy nhiên nếu có người gặp khó khăn thì nên giúp đỡ ngay chứ không nên ngại hay nghĩ này nọ. Mọi người nên để mắt tới xung quanh một chút chứ đừng chỉ chúi mắt vào điện thoại có phải hơn không. Và nếu có thể dễ dàng bắt chuyện hơn thì chắc xã hội sẽ dễ chịu hơn nhiều.

Lesson 18

E ★ It's often said that you should stretch regularly, not just before and after exercise, but what kind of stretches are suggested? The answer can actually be found in the way that our muscles works. Our bodies move by extending and contracting our muscles. This is also how we are able to stand and sit. However, repeating these movements many times will fatigue our muscles. Sudden and rapid movements can even cause injury when our muscles snap. This is why we need to occasionally stretch our muscles and soften them. Also, our muscles get weaker and weaker if we do not use them. In addition, our bodies can get fattier and it can even result in contorted bones. It is important to consciously move our muscles so that this will not happen either. Furthermore, stretching relaxes us, warms our bodies, and provides many other effects.

C ★不仅是运动前后，平时也要做些伸展运动，这话大概经常被说吧。为什么要做伸展运动呢？其答案是活动筋肉。我们的身体通过筋肉的伸展收缩而活动。站起来坐下也是取决于筋肉的伸展收缩。可是，如果反复的伸展收缩会使筋肉感到疲劳，活动激烈的情况时筋肉会断开受伤。所以，有必要常常将筋肉伸伸，使其变得柔软些。另外，筋肉不使用会渐渐衰弱，不仅如此，身体也会容易变胖，导致骨头变形。为了防止上述现象，有意识的活动筋肉非长重要。伸展筋肉，还可以得到放松，使身体变暖等，效果多益。

V ★ Không chỉ trước và sau khi vận động mà chúng ta còn thường được nhắc bình thường cũng nên vận động co giãn cơ bắp. Vì sao co giãn cơ bắp lại được khuyến khích như vậy? Câu trả lời chính là ở việc biết được chức năng của cơ bắp. Cơ thể chúng ta cử động được là do việc kéo và co cơ bắp. Đứng lên hay ngồi xuống được cũng là nhờ thế. Nhưng nếu cử động này lặp đi lặp lại nhiều lần cơ bắp sẽ bị mỏi. Hay khi vận động mạnh bất ngờ, cơ có thể bị đứt gây thương tích. Ngoài ra nếu cơ bắp không được sử dụng sẽ dẫn yếu đi. Không những thế còn có thể dễ béo hoặc dẫn tới vẹo xương cốt. Để tránh điều này chúng ta phải vận động cơ bắp có một cách có ý thức. Bằng việc co giãn cơ bắp chúng ta còn nhận được nhiều hiệu quả khác như có thể thư giãn hay làm cơ thể ấm lên.

Lesson 19

E This morning on my way to university, I saw a traffic accident for the first time in my life. At a cross, a bike going straight and a car turning left collided. The man who was on the bike was thrown about 4 or 5 meters along with his bike. ★ He had a helmet on, and so his head seemed alright, but he seemed to have injured something and could not move. The accident took place right in front of my eyes, and I was so scared that I could barely stay standing. Someone seemed to have contacted an ambulance and one came right away. I was amazed by the speed. I then rushed to university, but I could not calm down for a while. Whenever I had heard the sound of an ambulance until now, I thought it was annoyingly loud, but I now feel grateful for ambulances.

C 早上在去大学的路上，有生以来头一次遇见了交通事故。在交叉路口，直行的摩托车与往左拐的汽车撞上了，骑在摩托车上的男子跟摩托车一起飞到了4、5米远。★因为戴着安全帽，所以头好像不要紧，但身上好像哪里受伤了，动不了的样子。因为是发生在眼前的车祸，非常可怕，我有点儿受不了了。好像有人打了电话，救护车马上就到了，那么快就到了有点儿出乎意料。然后我急忙去了大学，一时很难平静。至今为止一听到救护车的声音总觉得很吵，可是现在我对救护车却充满了感激。

V Buổi sáng trên đường đến trường, lần đầu tiên trong đời tôi nhìn thấy tai nạn giao thông. Một xe máy chạy thẳng đâm vào ô tô rẽ trái ở ngã tư. Người đàn ông đi xe máy bị văng ra xa 4,5m cùng với xe máy. ★ Vì có đội mũ bảo hiểm nên có vẻ đầu không vấn đề gì nhưng hình như bị thương ở đâu đó nên không cử động được. Tai nạn xảy ra trước mắt nên tôi thấy sợ không đứng nổi. Ai đó đã gọi điện nên xe cấp cứu tới ngay lập tức. Tôi bất ngờ với sự nhanh chóng này. Sau đó tôi vội vàng đi đến trường nhưng tâm trạng không được bình tĩnh mất một lúc. Từ trước tới giờ nghe thấy tiếng xe cấp cứu tôi chỉ thấy ồn ào nhưng giờ tôi đã cảm nhận được sự hữu ích của xe cấp cứu.

Lesson 20

E This summer break, instead of doing a part-time job, I did an internship for two weeks at a Japanese company. I had only ever worked at restaurants until then, so it was a very new thing to work at a regular company office.

At the company, I first learned how to take calls. ★ While I had thought that I only needed to speak based on a manual, it was not that simple, and this was the hardest job for me until the end. When using a phone, information is communicated only through words, making Japanese language ability even more important. I felt anxious about many things, such as "I wonder if I'll be able to understand what the other person is saying," or "I wonder if they think my Japanese is strange," making it an altogether tense experience for me. In reality, there are many different kinds of people you talk to on the phone, such as people who speak fast or people who are not clear when they speak, making the task even more difficult than I thought it would be. I had a number of truly troubling experiences and even felt like crying, but I thought that I didn't want to lose no matter what and did my best. Then, I was somewhat able to get used to it, but that was when the program was already coming to an end. It was a little unfortunate that it ended there, but thanks to my struggles, I feel that I have now learned Japanese that is often used on the phone. While it was a short period, only two weeks, I was able to learn many things, and it was a valuable experience.

Ⓒ 今年暑假，没去打工，取而代之的是在日本的公司实习了两个星期。至今为止，只在餐馆打过工，所以在一般公司的办公室里工作感到特别新鲜。

在公司里先教电话的接法。★虽然说按照手册上说的做就行，但是并不那么简单，对我来说是最难的一个工作。打电话时，情报只是通过语言来传达，所以日语能力更为重要。「对方说的听懂了没有」、「有没有被觉得日语说得怪怪的」等等，感到各种不安，特别紧张。打电话的人有的说话很快，有的说话不清楚等，什么人都有，比想象的要辛苦得多。有好几次感到很为难想哭，可是，我想一定不能妥协，就坚持了下来。终于有点儿适应了，可是实习也到期了。虽然感到有点儿遗憾，但是辛苦换来的是掌握了电话中经常使用的日语。仅仅两个星期，学到了很多东西，对我来说是一个非常宝贵的经历。

Ⓥ Mùa hè năm nay thay vì đi làm thêm thì tôi thực tập tại công ty của Nhật 2 tuần. Từ trước tới giờ tôi chỉ làm việc ở nhà hàng nên được làm việc ở công ty thông thường cảm giác rất mới mẻ.

Ở công ty đầu tiên tôi được học cách nghe điện thoại. ★ Tôi được chỉ chỉ cần nói theo đúng hướng dẫn nhưng việc không đơn giản như thế, với tôi đây là công việc khó nhất từ đầu tới cuối. Với điện thoại, thông tin chỉ bằng lời nói nên khả năng dùng tiếng Nhật rất quan trọng. Tôi cảm thấy bất an và luôn hồi hộp rằng "không biết có hiểu đối phương nói gì không" hay "Liệu có bị nghĩ tiếng Nhật dở không". Thực tế, trong những người gọi điện tới có nhiều kiểu, có người nói nhanh, có người nói không rõ nên khá vất vả. Có vài lần tôi thực sự không biết làm sao tới mức suýt khóc nhưng tôi nghĩ không được bỏ cuộc nên đã cố gắng. Và rồi tôi cũng quen nhưng cũng là lúc chương trình kết thúc. Kết thúc ở đây tôi thấy rất tiếc nhưng nhờ vất vả mà tôi cảm nhận mình đã học được tiếng Nhật sử dụng trên điện thoại.

Thời gian hai tuần ngắn ngủi nhưng là kinh nghiệm quý gia cho tôi học được nhiều điều.

ふくしゅうのこたえ　Review Answers／复习答案／Đáp án bài ôn tập　§2 (Lesson 11-20)

Ⅰ　❶c　❷f　❸d　❹e　❺a　❻b

Ⅱ　❶b　❷c　❸c　❹a　❺d

Ⅲ　❶a　❷c　❸d　❹e　❺b

Lesson

21 大衆文化
たいしゅうぶんか

Popular Culture ／大众文化／ Văn hóa quần chúng

★ゲームというと、不健康だとか子供の成長によくないとか、悪く言われることも多いが、使い方によって、いろいろ役に立つこともある。例えば、日本の歴史に関するゲームで遊んでいるうちに、自然と歴史に詳しくなる。実際、一部の学校では、ゲームを取り入れた授業が実践されている。また、ゲームは教育だけでなく、医療においても活用できる。体を動かすゲームをリハビリに取り入れることで、患者の気分も軽くなり、ストレスも減る。その結果、リハビリにもいくらか積極的な気持ちになれる。そんな効果が期待できるようだ。単に娯楽のためだけでなく、その長所を生かして、さまざまに活用されているのだ。そう考えると、ゲームに対する社会的な評価はこれまでと違うものになるのではないだろうか。

＊ 医療：医学の知識・技術を使って病気やけがの治療をすること。

Vocabulary

□ 成長(する)：(to) grow／成长／ Trưởng thành
せいちょう

□ 実践(する)：(to) practice／实践／ Thực hành
じっせん

□ 医療：medical treatment／医疗／ Y tế
いりょう

□ 活用(する)：(to) use／活用／ Tận dụng
かつよう

□ リハビリ：rehabilitation／康复／ Phục hồi

□ 取り入れる：take in／引入／ Thu vào
と い

□ 積極的(な)：active／积极的／ Tích cực
せっきょくてき

□ 娯楽：pleasure／娱乐／ Giải trí
ごらく

□ 長所：strength; merit／长处／ Sở trường
ちょうしょ

🔑 ～に関して
かん
Regarding ～／关于～／ ~ Liên quan tới

Ⓔ Has the same meaning as「～について」, and is an expression that indicates a subject or theme. A somewhat formal way of stating this.

Ⓒ 与「～について」意思相同，提示对象及题目的表现，是比较生硬的说法。

Ⓥ Chỉ đối tượng hoặc chủ thể, ý nghĩa giống với「～について」. Là cách nói hơi cứng.

EX1 資料に関して、いくつか質問があります。
しりょう　かん　　　　しつもん
(I have a number of questions regarding these materials. ／关于这个资料，我有几个问题。／ Tôi có mấy câu hỏi liên quan tới tài liệu.)

EX2 彼は大学で、自然エネルギーに関する研究をしている。
かれ　だいがく　　しぜん　　　　　　　　かん　　けんきゅう
(He is conducting research regarding natural energy at university. ／他在大学是做关于自然能源研究的。／ Anh ấy nghiên cứu về năng lượng tự nhiên tại trường đại học.)

🔑 ～と言うと　Speaking of～／一说到～／～ Ở, tại

🅔 An expression that takes something previous mentioned and references as if something is being remembered. This is similar to「～と言えば」, but it is a more conversational expression.

🅒 承接前面出现的话，好像想起什么似的提及此事的表现。与「～と言えば」相似，不过多用在会话上。

🆅 Là cách nói tiếp lời nói trước đó mà nhớ ra việc gì đó và nhắc đến. Giống với cách nói「～と言えば」nhưng thường dùng trong văn nói.

> **EX1** お祭りと言うと、子供の頃を思い出します。
> (Speaking of festivals, that reminds me of my youth.／说起"お祭り"，就想起小时候的事来了。／Nhắc đến lễ hội tôi lại nhớ lại thời thơ ấu.)
>
> **EX2** 夏休みと言うと、毎年、家族で旅行に出かけました。
> (Speaking of summer break, I used to go on trips with my family every year.／说起暑假，我们全家每年都去旅行。／Nói đến mùa hè, hàng năm nhà tôi đều đi du lịch.)

🔑 ～のではないだろうか　Is it not~／不是～吗?／Không phải là ~~ hay sao?

🅔 Created by taking the「～のではない」negative and adding「だろうか」, making it an expression in interrogative form, but in reality it is an expression used to assert an opinion that is similar in reality to「～のだ」.

🅒 是表示否定的「～のではない」加「だろうか」的形式。表面上看似疑问式，实际上与「～のだ」相同，是强调自己的意见及主张的表现。

🆅 Phần「だろうか」(phải chăng là, phải không) được gắn vào sau đuôi phủ định「～のではない」, đây là cách nó có hình thức là câu nghi vấn nhưng thực ra nhấn mạnh ý khẳng định giống như「～のだ」.

> **EX1** はっきりと自分の意見を述べることが大切なのではないだろうか。
> (Is it not important to decisively state one's own opinion?／明确表达自己的意见不是很重要吗?／Chẳng phải là việc truyền đạt ý kiến của mình một cách rõ ràng rất quan trọng hay sao?)
>
> **EX2** 田中さんは、実はこの方法に反対なのではないでしょうか。
> (Tanaka-san, are you not in fact opposed to this method?／田中实际上不是反对这种做法吗?／Thật ra anh Tanaka phản đối phương pháp này đúng không?)

🔍 Focus on the Structure

★〔＼ゲームと いうと、／＼〈不健康だ〉とか 〈[子供の 成長]に よくない〉とか、／
　　　　Nというと　　　　　　　　　　　　　　～とか ～とか

〈＼悪く／ 言われる こと〉も 多いが、／＼[使い方]に よって、／
　　　　　　　　　　　　　　　　　　　　　～によって
contradictory conjunction／逆接／liên kết nghịch
additions of the same kind／同类的追加／thêm một thứ cùng loài
method／方法／phương pháp

〈＼いろいろ／ 役に立つ こと〉も ある。

CHECK

Q　ゲームはどんな分野に活用されていると言っていますか。

Lesson 22　健康法②〜ウォーキング
けんこうほう

How to Keep Healthy ② : Walking
／健康法②〜健走／ Rèn luyện sức khỏe ②〜 Đi bộ

　ウォーキングは、誰でも簡単にできる運動ですが、さまざまな健康効果があります。血の流れがよくなり、体の機能も高まりますので、「首や肩が重い」「体が冷えやすい」「よく眠れない」などの状態を改善します。もちろん、ダイエットにも効果的です。ただし、簡単といっても、ただ歩くだけではだめです。正しいやり方で実践する必要があります。

　★まず、大切なのは、自分の足に合った靴を履いて、動きやすい服を着ることです。そして、軽く準備運動をして、最初は少しゆっくり、体を温めながら歩き始めます。歩くときは、腕をしっかり振り、大きめの歩幅にします。そして、少し急いでいるときのスピードで歩きます。鼻で自然に呼吸をしながら、20分以上は続けましょう。最後は少しずつスピードを落とし、歩き終わったら、再び、軽く筋肉を伸ばしましょう。

　週に3日でもいいので、長く続けることが大切です。続ければ続けるほど、体の調子がよくなっているのを実感できるでしょう。

Vocabulary

- ☐ 効果：effect／效果／hiệu quả
  こうか
- ☐ 機能（する）：(to) function／功能／chức năng
  きのう
- ☐ 改善（する）：(to) improve／改善／cải thiện
  かいぜん
- ☐ 実践（する）：(to) practice／实践／thực tiễn
  じっせん
- ☐ 振る：shake／挥动／lắc
  ふ

- ☐ 歩幅：歩くときの一歩の長さ。
  ほはば　　ある　　　いっぽ　なが
- ☐ 呼吸（する）：(to) breathe／呼吸／hô hấp
  こきゅう
- ☐ 筋肉：muscle／肌肉／cơ bắp
  きんにく
- ☐ 伸ばす：stretch／伸长、延长／vươn ra
  の
- ☐ 実感（する）：(to) realize／实际感受／cảm nhận
  じっかん

🔑 〜といっても　While (I) say〜／说是〜／dù nói là 〜 nhưng

E An expression added in cases where a word or matter is slightly different from the general image of it.

C 是与那个词及事情的一般印象有所不同的补充表现。

V Bổ sung thêm thông tin trong trường hợp thực tế khác với hình ảnh chung về từ đó hoặc sự việc đó.

EX1 サッカーが好きといっても、見るだけで、するのは苦手です。
す　　　　　　　み　　　　　　　にがて
（While I say I like soccer, that is just watching it, and I am bad at playing it.／说是喜欢足球，只是喜欢看，不喜欢踢。／Dù nói là thích bóng đá nhưng tôi chỉ xem thôi còn chơi thì kém lắm.）

EX2 ボーナスをもらったといっても、5万円だけです。
まんえん
（While I say I received a bonus, it was only 50,000 yen.／说是领了奖金，只有5万日元。／Dù nói là đã nhận được tiền thưởng nhưng chỉ có 50.000 yên.）

🔑 〜のは…（こと）だ　The ~ (I) am doing is (noun)／〜是〜／(điều) 〜 là …

E An expression to decisively state a judgment about a matter.

C 是断定地叙述对某事得出的判断。

V Thể hiện sự phán đoán một cách quả quyết về một sự việc nào đó.

> **EX1** 最近、頑張っているのは、毎朝ウォーキングをすることです。
> さいきん　　がんば　　　　　　　まいあさ
> (The thing I have been working hard on lately is walking every day.／最近我努力做的事是每天早上走步。／Điều mà dạo gần đây tôi cố gắng là đi bộ hàng sáng.)
>
> **EX2** 私がさっき電話で話していたのは、田中さんです。
> わたし　　　　でんわ　はな　　　　　　　た なか
> (The person I was just speaking to on the phone was Tanaka-san.／刚才在电话里说话的人是田中。／Người mà vừa nãy tôi nói chuyện qua điện thoại là anh Tanaka.)

🔑 〜ば〜ほど　The more you~the more you~／越〜越〜／càng 〜 càng 〜

E Expresses a state where the effects or effectiveness of an action accelerates the more it is done.

C 表示由于做某种动作而加速其影响及效果。

V Miêu tả rằng ảnh hưởng hoặc hiệu quả cùng tăng thêm nhanh chóng với một hành động nào đó.

> **EX1** スピーチは、練習すればするほどうまくなる。
> れんしゅう
> (With speeches, the more you practice, the better you get.／演讲越练习越讲得好。／Với việc hùng biện, càng luyện tập nhiều thì càng giỏi.)
>
> **EX2** 給料は高ければ高いほどうれしい。
> きゅうりょう　たか　　　たか
> (The higher my salary, the happier I am.／工资越高越好。／Tiền lương càng cao thì tôi càng vui.)

🔍 Focus on the Structure

affects the entire sentence／
与全句相关／
bổ nghĩa cho toàn bộ câu

the nominalizing "no"
／名词化的「の」／「の」để danh từ hoá

★ ＼まず、／大切なのは、〈[自分の 足] に 合った 靴〉を 履いて、

target; object／
对象／đối tượng

〈[動きやすい 服] を 着る こと〉です。

V やすい

Basic form　大切なのは 〜 です。
（V ること）

CHECK

Q　ウォーキングのやり方として正しい場合は○、正しくない場合は×を入れてください。
　　　　　　　　　　　　かた　　　　　ただ　　　ば あい　　　　ただ　　　　ば あい　い

① 最初は、ゆっくり歩き始める。（　　　）
　さいしょ　　　　　　　ある　はじ

② 一歩を小さめにして歩く。（　　　）
　いっ ぽ　ちい　　　　　　ある

Lesson
23 現代社会②〜自動運転システム
げんだいしゃかい　　　　　じどううんてん

Modern Society ② : Autonomous Driving Systems／现代社会②
〜自动开车系统／Xã hội hiện đại ②〜 Hệ thống vận hành tự động

　先日、大阪市で83歳の男性が、車で事故を起こしました。この事故で、道を歩いていた女性が大けがをしました。男性は、「女性が前を歩いていることに、まったく気がつかなかった」と話していたそうです。年をとると、目や耳が悪くなったりして、判断力が下がってしまいますが、日本では最近、お年寄りが起こす交通事故が増え、問題になっています。

　そんな中、車の自動運転システムが注目されています。自動運転システムというのは、人が運転しなくても、車が自動で動くシステムです。このシステムがあれば、お年寄りでも安心して車に乗ることができます。

　★ただ、「どの程度まで自動化させるのか」「事故が起きたとき、だれの責任になるのか」など、まだまだ問題がたくさんあります。日本は、これからさらにお年寄りが増えると言われています。お年寄りでも安心して車に乗れるように、開発が順調に進んでほしいと思います。

Vocabulary

□ 判断（する）： (to) determine／判断／ phán đoán, đánh giá
　はんだん

□ システム： system／系统／ hệ thống

□ 程度： degree／程度／ trình độ
　ていど

□ 自動化： automate／自动化／ tự động hoá
　じどうか

□ 責任： responsibility／责任／ trách nhiệm
　せきにん

□ 開発（する）： (to) develop／开发／ phát triển, khai thác
　かいはつ

□ 順調： favorably; smoothly／顺利／ thuận lợi
　じゅんちょう

🔑 「もの」が主語の受け身
しゅご　うけみ
The passive when a thing is the subject／「事物」是主语的被动／ Câu bị động với chủ ngữ là "đồ vật"

E The passive when a thing, not a living organism, is the subject. The actor is frequently omitted.

C 主语不是生物，是「事物」的被动。行为者常常被省略。

V Câu bị động mang chủ ngữ không phải là "sinh vật" mà là "đồ vật". Nhiều khi chủ thể được lược bỏ.

EX1 携帯電話は多くの人に利用されています。
　　　けいたいでんわ　おお　ひと　りよう
（Cell phones are used by many people.／手机被很多人利用。／ Điện thoại di động được nhiều người sử dụng.）

EX2 会議で新しい計画が発表されました。
　　　かいぎ　あたら　けいかく　はっぴょう
（In the meeting a new plan was announced.／在会上新的计划被发表了（会上发表了新的计划）。／ Trong cuộc họp, kế hoạch mới được đưa ra.）

🔑 ～というのは　(What a) ～ is／所说的～／～ có nghĩa là

E Used when explaining the meaning or definition of something that is being talked about.
C 在说明成为话题事物的意思及定义时使用。
V Sử dụng khi giải thích ý nghĩa hoặc định nghĩa của một sự việc nào đó đang được nói đến.

EX1「肉じゃが」というのは、肉とジャガイモ、玉ねぎなどを煮た料理です。
（「肉じゃが」is a stewed dish of meat, potatoes, onions, and more.／所说的「肉じゃが」就是把肉和土豆、圆葱等在一起炖的料理。／「肉じゃが」là một món ăn nấu với thịt, khoai tây, hành tây v.v..)

EX2「成人式」というのは、20歳になったことを祝う行事です。
（A "coming of age ceremony" is an event held to celebrate turning 20 years old.／所谓「成人节」就是庆祝 20岁的仪式。／"Lễ thành nhân" là một sự kiện để chúc mừng tuổi 20.)

🔍 Focus on the Structure

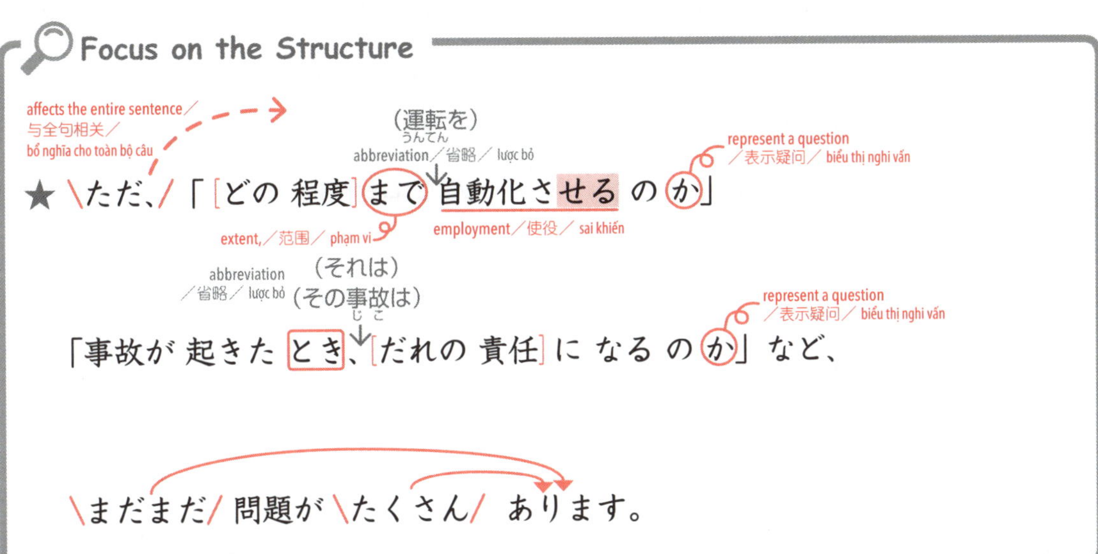

CHECK

Q　自動運転システムにはどんな問題がありますか。

Lesson

24 現代社会③〜ネットショッピング

げんだいしゃかい

Modern Society ③：Shopping
／现代社会③〜网购／ Xã hội hiện đại ③〜 Mua bán hàng qua mạng

　インターネットで買い物をするようになって、すでに 10 年になる。★デパートまでの交通費を考えると、不便なところに住んでいる私にとっては、とても経済的だ。

　インターネットで申し込み、コンビニで支払うとすぐに品物が届く。私たちは、このようなことが当たり前のことのように思っている。それは、日本の物流がうまくいっているからできることなのだ。もし、品物が届かない、予定より遅れて届いた、壊れて届いたなど、消費者が満足できない状態になったら、日本の経済はおかしなことになってしまう。それは避けられなければならない。

　しかし、実は今、日本の物流の世界は、トラックの運転手の高齢化にともなう人手不足や長時間労働が問題になっている。そのため、消費者がコンビニで荷物を受け取る方法やバスの空いたスペースを利用して荷物を運ぶ方法、ドローンを使って品物を配達する方法などが、実用化に向けて動いている。

　一方で、このような状況を改善するために私たち消費者ができることは、もっとのんびりと品物が届くのを待つ生活態度に変えることであろう。

＊ 物流：生産者から消費者までの商品の流れ。
＊ 人手：働く人。ある仕事をする人。

Vocabulary

□ 避ける：avoid ／避开／ tránh

□ 配達（する）：(to) deliver ／送货到家／ giao hàng

□ 実用化：実際に使われるようになること。実際に役立つようになること。

□ 改善（する）：内容や状態をよくすること。

□ のんびり：心も体も楽にして、急がないで、ゆっくりしている様子。

□ 態度：attitude ／态度／ thái độ

🔑 ～にともなって／～にともなう   Along with~came／随着～／ cùng với ～

E Expresses a separate something that occurs simultaneously with or immediately after a different matter.

C 表示某种事物同时又马上发生别的事情的样子。

V Miêu tả một sự việc diễn ra đồng thời hoặc ngay lập tức sau một sự việc nào khác.

> **EX1** 人口が増える**にともなって**、さまざまな問題も起きている。
> じんこう　ふ　　　　　　　　　　　　　　　　　　もんだい　お
> (Along with the increase in population came various problems.／随着人口的增加，也出现各种问题。／ Cùng với sự gia tăng của dân số thì cũng đang xảy ra nhiều vấn đề.)
>
> **EX2** 引っ越し**にともなう**いくつかの手続きは、もう済ませました。
> ひ　こ　　　　　　　　　　　　　てつづ　　　　　　　す
> (I have already finished the various procedures that came along with moving.／与搬家相关的各种手续已经办好了。／ Tôi đã làm xong các thủ tục cần thiết khi chuyển nhà.)

🔍 Focus on the Structure

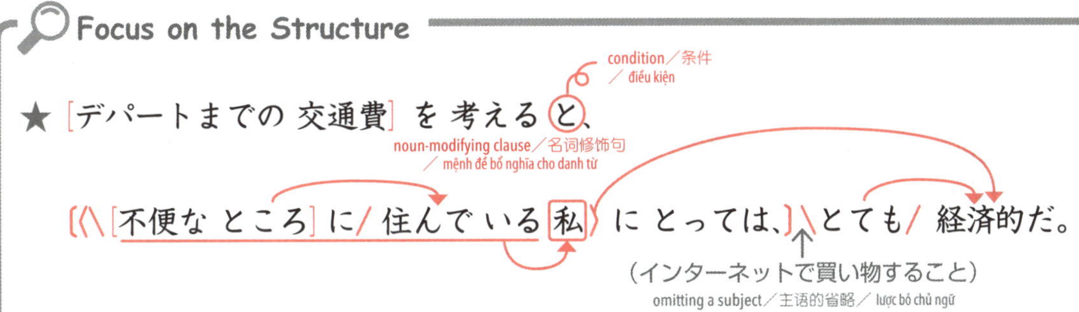

CHECK

Q1　それとはどんなことですか。

Q2　筆者はどんなことを提案していますか。
　　　ひっしゃ　　　　　　　　　　　ていあん

Lesson

25 自然の世界③〜ナマケモノ
しぜん　せかい

The Natural World ③ : The Sloth
／自然世界③〜懶物／Thế giới tự nhiên ③〜 Con lười

Grammar Target

◆〜てもしかた（が）ない

◆〜うえに

◆〜おそれがある

　ナマケモノという名前は、もちろん「怠け者」から来ているのだが、実際の彼らの生活の様子は意外と知られていないのではないだろうか。動かず、じっとしていることが多いナマケモノ。その睡眠時間は約 20 時間と言われている。一日のほとんどを寝て過ごしているのだから、怠け者と言われてしまってもしかたがない。

　しかし、人間の怠け者と違って、彼らは自分にとても厳しいのかもしれない。自分たちが決めたルールをしっかり守っているのだ。というのも、食事は１日８グラムくらい、トイレに行く——彼らの場合、そのために地上に降りる——のは週に１度だけなのだ。また、筋肉が少ないうえに、動いて体温が上がると命を落とすおそれがあるため、できるだけ動かず、これ以上ないほどの省エネの暮らしをしている。つまり、ナマケモノは"命がけで怠けている"のだ。

　そして、敵に襲われたときでさえ、彼らは逃げたり攻撃したりしない。★苦痛を少なくするために体じゅうの力を抜いて、じっと死を受け止めるということだ。

＊ 省エネ：エネルギーのもとになる資源を大切に使うこと。

＊ 命がけ：死ぬ場合もあると思いながら、強い気持ちで物事をすること。

Vocabulary

□ 怠け者：sloth／懶人／kẻ lười biếng

□ 睡眠：sleep／睡眠／ngủ

□ 過ごす：spend; pass／过／trải qua

□ 厳しい：strict／严厉／khắc nghiệt

□ ルール：rule／规则／luật lệ

□ 地上：ground／地上、陆地／trên mặt đất

□ 体温：体の温度。

□ 敵：enemy／敌人／kẻ thù

□ 襲う：attack／袭击／tấn công

□ 逃げる：run／逃／chạy trốn

□ 攻撃(する)：(to) attack／攻击／công kích

□ 苦痛：pain／痛苦／đau đớn

□ 受け止める：飛んできたものなどを手で受けて止める。

🔑 〜てもしかた（が）ない　Can't help but〜　／〜也是没办法的（也是可以理解的／也是理所当然的）／ dù 〜 cũng chấp nhận

E An expression that shows acceptance of something said or thought even though it is not the best choice.

C 表示对所说所想的事不是最完美只好认可的意思。

V Chấp nhận việc bị nói, bị nghĩ là như vậy dù đó không phải là điều tốt nhất.

> **EX1** １時間も待たせたんだから、ワンさんが怒っ**てもしかたがない**。
>
> (Wang-san can't help but get angry, he was made to wait for an hour.／都等了一个小时了，小王不高兴也是可以理解的。／ Vì đã bắt anh Wan đợi những 1 tiếng nên đành chấp việc anh ấy giận。)

EX2 人気のコンサートだから、チケットが買えなく**てもしかたがない**。
（It's a popular concert, you can't help it if you can't buy a ticket.／因为是很受欢迎的演唱会，买不到票也是理所当然的。／Đây là buổi hòa nhạc được yêu thích nên đành chấp nhận việc không mua được vé.）

🔑 〜うえに　　In addition to〜／加上〜／〜 không những

E Expresses "not only that, but also."
C 表示「不只这个，还有别的」的意思。
V Có nghĩa là "Không chỉ có vậy".

EX1 さくらさんは頭がいい**うえに**、スポーツもできる。
（In addition to being smart, Sakura-san can play sports, too.／小樱除了聪明以外，体育也好。／Chị Sakura không những thông minh mà còn chơi thể thao giỏi.）

EX2 今日はバスに乗り遅れた**うえに**、忘れ物もしてしまって、最悪な一日だった。
（Not only was I late for the bus today, I forgot something. It was the worst day.／今天除了没赶上公共汽车外，还把东西给忘了，真是倒霉的一天。／Hôm nay là một ngày tối tệ, không những lên xe buýt muộn mà còn tôi còn để quên đồ.）

🔑 〜おそれがある　　Fear that〜／有可能〜／〜 Có nguy cơ

E Expresses the possibility of something bad happening.
C 表示「有不好的事情发生的可能」的意思。
V Có nghĩa là "Có khả năng xảy ra việc không tốt".

EX1 明日は午後から激しい雨が降る**おそれがあります**。
（There are fears that it may rain hard tomorrow beginning in the afternoon.／明天下午可能会下大雨。／Từ chiều mai có nguy cơ mưa lớn.）

EX2 火事になる**おそれがある**ので、窓のそばにペットボトルを置かないでください。
（Please do not place plastic bottles near the window, there are fears that it could result in a fire.／可能会引起火灾，所以不要把放塑料瓶放在窗边儿上。／Có nguy cơ xảy ra hỏa hoạn nên đừng để chai nhựa ở cửa sổ.）

🔍 Focus on the Structure

CHECK

Q　この文章の内容に合っていれば○、合っていなければ×を入れてください。

① ナマケモノは気楽な生き方をしている。（　　　）

② 地上に降りてトイレに行くのは一日１回だけである。（　　　）

Lesson

26 人物紹介
じんぶつしょうかい

Biography ／人物介绍／ Giới thiệu nhân vật

坂本龍馬は、日本ではその名を知らない人はいないほど、人気のある人物だ。歴史の教科書では少ししか扱われていないにも関わらず、ドラマや小説では主役になることも多い。彼の一番の業績は、日本が近代を迎える時代に、有力だが対立し合う二つの藩を協力させ、新しい国をつくる大きな力を引き出したことだ。

★しかし、今日、彼が多くの人に高く評価され、愛される理由は、その業績よりも彼の人間性にあると思われる。いつの時代でも言えることだが、普通、人がしないようなことを新しく始めるには勇気がいるものだ。それを思いつく力はもちろん、周りの支持を得るだけの行動力やすぐれた考えも必要だ。その全てを持っているのが龍馬なのだ。

龍馬は、力こそ正義という当時の考え方にしばられず、争うことなく、新しい時代をつくろうとした。かつて争い合っていた藩同士をまとめるのは、簡単なことではなかったはずだ。そんな両者を結びつけようというアイデアと、あきらめずに説得を続けた行動力があったからこそ、実現できたのだ。

もちろん、これだけ大きなことは一人の力ではとてもできないが、龍馬の強い個性や魅力が、周りの人々を動かし、歴史を動かし、さらには、現代人の心をも動かしてきたのだろう。

＊ 藩：日本の国全体の一部として、それぞれの地方ごとに政治をする小さな国。

Vocabulary

☐ 人物：人。

☐ 扱う：deal with; handle／处理／ Xử lý, đối xử

☐ 主役：lead role／主角／ Vai chính

☐ 業績：results／业绩／ Thành tích sự nghiệp

☐ 近代：modern; present day／近代／ Hiện đại

☐ 時代：age; era／时代／ Thời đại

☐ 有力：力があること。

☐ 対立(する)：(to) oppose／对立／ Đối lập

☐ 評価(する)：(to) evaluate／评价／ Đánh giá

☐ 愛する：to love／爱／ Yêu (động từ)

☐ 人間性：humanity／人性／ Tính nhân văn, tính con người

☐ 勇気：bravery／勇气／ Dũng khí

☐ 思いつく：think of／想出／ Nghĩ ra

☐ 支持(する)：(to) support／支持／ Ủng hộ, hỗ trợ

☐ 正義：正しい考え方、やり方。

☐ 争う：oppose／争／ Đánh nhau

☐ ～同士：fellow ～／～同志／ Cùng là (nhóm người nào đó v.v…)

☐ まとめる：gather; consolidate／集中、综括／ Tổng hợp lại, tóm tắt lại

☐ 両者：both／两者／ Hai bên

☐ 説得(する)：(to) persuade／劝说／ Thuyết phục

☐ 実現(する)：(to) realize; (to) actualize／现实／ Thực hiện

☐ 個性：individuality／个性／ Cá tính

☐ 魅力：charm／魅力／ Sự quyến rũ, cuốn hút

🔑 ～ものだ　That's the way ～ is／是～／Vốn là ～, A thì B

🇪 An expression used to describe something's original nature or general tendency/nature in an emotive way.

🇨 对于本来的性质及一般的性质・倾向充满感慨的表现。

🇻 Cách nói thể hiện sự thấm thía về tính chất, khuynh hướng thông thường nào đó hay bản chất từ xưa đến nay của sự vật sự việc.

> **EX1** 赤ちゃんは泣く**ものだ**。（Babies cry. That's the way they are.／婴儿就是哭的。／Trẻ con thì phải khóc.）
>
> **EX2** どんなにつらくても、時間が経てば忘れる**ものだ**。
> （No matter how difficult it may be, you'll forget in time. That's the way it is.／无论有多痛苦，随着时间的流失都会忘记的。／Dù có đau khổ đến đâu thì cùng với thời gian rồi ta cũng quên đi thôi.）

🔑 ～だけの　The ～ to／只～的／Đủ để ～

🇪 An expression of extent that means "enough to ～." Used when speaking about nouns such as power, money, time, bravery, determination, and so on.

🇨 表示「为了做～十分充足的」意思。表示关于力量、金钱、时间、勇气、觉悟等名词的程度。

🇻 Mang ý nghĩa "Đủ để làm việc gì đó". Đây là cách nói chỉ mức độ đi sau những danh từ chỉ sức lực, tiền, thời gian, dũng khí, sự xác định tinh thần v.v…

> **EX1** 新しいパソコンがほしいけど、まだ買う**だけの**お金がたまっていない。
> （I want a new computer, but I still haven't saved the money I need to buy one.／想买个新电脑，只是还没攒够买的钱。／Tôi muốn có một chiếc máy tính mới nhưng vẫn chưa đủ tiền để mua.）
>
> **EX2** ワンさんには、N3に合格する**だけの**力がある。
> （Wang-san has the ability to pass N3.／小王足有考上日语三级的实力。／Anh Wan đủ sức để có thể đỗ N3.）

🔑 ～こそ　The very ～／～才／Chính vì, chính là

🇪 An expression used to emphasize something, stating that it and not anything else is what is important.

🇨 强调某件事，不是别的，就是这个的意思。

🇻 Nhấn mạnh sự vật sự việc gì đó, thể hiện ý nghĩa chỉ là sự vật ấy không thể là cái gì khác.

> **EX1** 次**こそ**絶対に合格したい。（Next time, I want to pass no matter what.／下次一定要及格。／Tôi muốn thi đỗ chính lần sắp tới.）
>
> **EX2** この本**こそ**、私がずっとほしかったものです。
> （This is the very book that I've always wanted.／这本书才是我一直想要的。／Chính quyển sách này là thứ tôi đã mong mỏi từ lâu.）

🔍 Focus on the Structure

affects the entire sentence／与全句相关／bổ nghĩa cho toàn bộ câu

Passive Form／被动形／Dạng bị động

★《しかし》、〈〈今日、／彼が［多くの人］に高く評価され、愛される 理由〉は、

indicate a location／表示场所／chỉ nơi chốn

〈［その 業績］よりも［彼の 人間性］に ある〉と 思われる。

AよりもB

hearsay／传说／nghe nói

CHECK

Q1 それとは何を指していますか。

Q2 筆者は坂本龍馬の何に注目しましたか。

Lesson 27　日本人について
にほんじん

About the Japanese ／关于日本人／ Người Nhật

日本人は働きすぎだとよく言われる。残業してもお金が支払われない「サービス残業」などを含めると、日本人の労働時間は世界的に見て、かなり長い。また、ヨーロッパでは有給休暇は全て消化するのが当たり前なのに対して、日本では消化率が非常に低い。そればかりか、特別な理由なく休むのはよくないことのように思われがちだ。そして「過労死」は、海外でもよく知られる社会問題となっている。

では、どうして日本人はそんなに働くのだろうか。その背景の一つに、昔の武士社会における考え方があるかもしれない。死をも恐れず、主人のため、自分が属する「家」のため、働く──武士なら、そうあるべき、というものだ。また、明治時代には、国力を強くするため、教育を通して、働くことの大切さが国民の間に広められた。それは戦後も変わらず、今日の経済大国日本につながったともいえる。

しかし、ここで強調されているのは、国や社会、あるいは「家」や会社のために働くことであり、自分のためという視点はあまりない。❶周りが働いているのに自分だけ休むことに罪の意識を感じるのも、こうした「教え」によるのかもしれない。そして、これも日本人が長年続けてきた「働き方」といえる。近年、国や社会全体で働き方を見直す取り組みが行われているが、人々の仕事に対する考え方を変えるには、まだまだ時間がかかりそうだ。

* 有給休暇：給料が支払われる休暇。
* 明治時代：1868 ～ 1912 年。
* 戦後：第二次世界大戦の後。

Vocabulary

□ 残業（する）：(to do) overtime work／加班／ Làm thêm giờ

□ 含める：include／含有／ Bao gồm

□ 労働：labor／劳动／ Lao động

□ 消化（する）：(to) consume／消化／ Tiêu hóa

□ 過労死：働きすぎが原因で死ぬこと。

□ 背景：background／背景／ Bối cảnh

□ 武士：warrior／武士／ Võ sĩ

□ 経済大国：経済力の高い国。

□ 強調（する）：(to) emphasize／强调／ Nhấn mạnh

□ 視点：point of view／视点／ Quan điểm

□ 罪：crime／罪／ Tội

□ 意識（する）：(to be) aware／意识／ Ý thức

□ 見直す：もう一度見る。それでいいか、もう一度最初から確認する。

🔑 〜ばかりか　Not just ～／不光～／ Không chỉ

E While this has the same meaning as「〜ばかりでなく」, it is an expression used in writing.

C 与「〜ばかりでなく」意思相同，是文章语表现。

V Có cùng ý nghĩa với「〜ばかりでなく」nhưng cách nói này thường dùng cho văn viết.

> **EX1** 親**ばかりか**、姉も、私の留学に反対した。
> おや　　　　あね　わたし　りゅうがく　はんたい
> （Not just my parents but my older sister also opposed my studying abroad.／不光父母，姐姐也反对我留学。／ Không chỉ bố mẹ mà chị cũng phản đối việc tôi đi du học.)
>
> **EX2** お金がなくて、旅行に行けない**ばかりか**、外食もできない。
> かね　　　　　りょこう　い　　　　　　　がいしょく
> （I don't have money, so I'm not just unable to go on a trip, I can't even eat out.／没钱不光不能去旅行，也不能在外面吃饭。／ Tôi không có tiền nên không chỉ không thể đi du lịch mà thậm chí còn không thể đi ăn ngoài.)

🔑 〜がち　Tends to ～／容易～／ Hay, thường (có xu hướng)

E An expression that indicates a tendency, as in「〜しやすい」. This can be used in both conversations and writing.

C 与「〜しやすい」意思相同，表示某种倾向，口语文章与都使用。

V Mang ý nghĩa「〜しやすい」để thể hiện một xu hướng nào đó. Dùng cho cả văn nói và văn viết.

> **EX1** 日本人はまじめで静かだと思われ**がち**です。
> にほんじん　　　　　しず　　　おも
> （People tend to think of Japanese people as serious and quiet.／日本人大多被认为认真又安静。／ Mọi người thường hay nghĩ rằng người Nhật chăm chỉ và ít nói.)
>
> **EX2** 天気が悪い日は、電車が遅れ**がち**です。
> てんき　わる　ひ　　でんしゃ　おく
> （The trains tend to be late on days when the weather is poor.／天气不好时电车容易晚点。／ Những ngày thời tiết xấu tàu thường đến muộn.)

🔍 Focus on the Structure

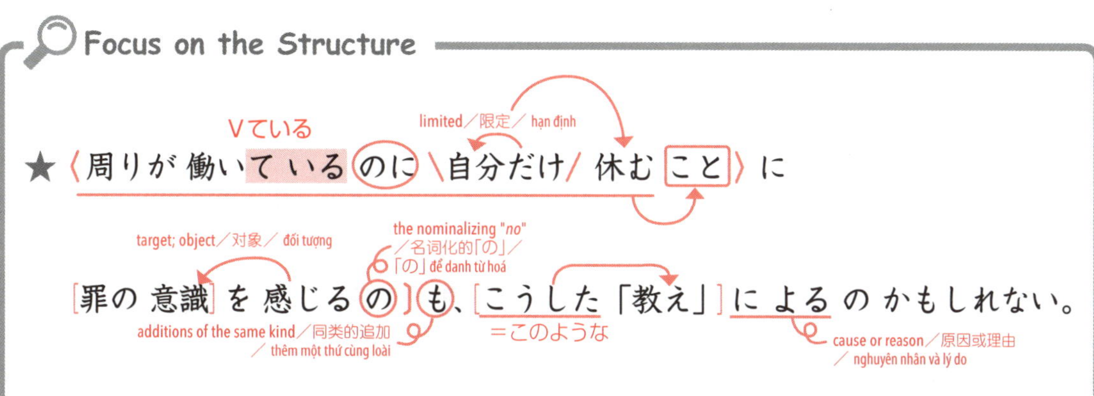

CHECK

Q1 この文章によると、次の（　　　）には何が入るか。
ぶんしょう　　　　つぎ　　　　　　　　なに　はい

周りが働いているのに、自分だけ休むのは（　　　　）。
まわ　はたら　　　　　　じぶん　やす

　　a. はずかしい　　　　　　b. 申し訳ない　　　　　c. 気分がいい
　　　　　　　　　　　　　　　　もう　わけ　　　　　　　き　ぶん

Q2 この文章にタイトルをつけてください。
ぶんしょう

Grammar Target
◆〜とともに　◆〜を通して
◆〜たばかり　◆〜かな
◆〜ままにする

Lesson 28 ニュース記事②〜ボランティア活動

News Articles ②：Volunteering
／新闻报道②〜义务活动／ Bài báo ② 〜 Hoạt động tình nguyện

あさひ海岸では３日、ABC日本語学校（緑山市）の外国人留学生と市民ボランティア、約100人が砂浜に落ちているごみを集めるボランティア活動を行った。同校では毎年７月にあさひ海岸でビーチボール大会をしており、感謝の気持ちから砂浜をきれいにするとともに、ごみ拾いを通して、一般市民との交流の機会としている。★この活動は、海水浴や花火のシーズンが終わったばかりでごみが多くなる毎年９月に行われ、今回で４度目になる。青空の下で汗を流しながら１つ１つごみを拾い、全部で２トントラック１台分のごみを集めることができた。留学生のグエンさんは、「皆さんと力を合わせて海岸をきれいにできてよかったです。夏に砂浜をたくさん使わせてもらったお礼が少しできたかな、と思います。この砂浜をずっときれいなままにしたいです」と話した。

* 海水浴：海で泳いだり、遊んだりすること。

Vocabulary

☐ 市民：citizen／市民／ Thị dân

☐ 砂浜：海岸で、砂の広がっているところ。

☐ ビーチボール：砂浜でするバレーボール。

☐ 拾う：pick up／捡／ Nhặt

☐ 交流（する）：(to) interact／交流／ Giao lưu

☐ 一般：general／一般／ Thông thường

☐ 活動（する）：(to) act／活动／ Hoạt động

☐ 汗：sweat／汗／ Mồ hôi

☐ 全部：all／全部／ Tất cả

☐ トン：ton／吨／ Tấn

🔑 〜とともに　Together with 〜 ／随〜一起／ Cùng với 〜

E Means "at the same time as 〜 / along with 〜." In this case, it indicates that there are other aims.

C 表示「跟〜一起、跟〜同时」的意思。这里表示还有其他目的。

V Có nghĩa "Cùng với 〜, cùng lúc với 〜". Ở đây thể hiện việc có mục đích khác nữa.

EX1 この地域では、工業の発展**とともに**、人口も増え続けている。
(In this region, together with industry expanding, the population also continues to increase.／这一带随着工业的发展，人口也在增加。／ Ở khu vực này, cùng với sự phát triển của công nghiệp thì dân số cũng tiếp tục tăng.)

EX2 報告書は、新しい情報を伝える**とともに**、計画の中止を求めるものだった。
(Together with communicating new information, the report also sought the cancelation of the plan.／新报告书里，在传达新信息的同时，也要求取消其计划。／ Bản báo cáo bên cạnh việc truyền đạt thông tin mới còn yêu cầu cả việc dừng kế hoạch.)

～を通して
とお

Through ~／通过~／Thông qua ~

E Expresses that something acts or acted as a useful method or intermediary.

C 表示以某事为手段及媒介而发挥什么作用。

V Một sự việc trở thành phương tiện, sự trung gian có ích cho việc gì đó.

EX1 この活動を通して、彼女と知り合いました。
かつどう　とお　　　かのじょ　し　あ
(I met my girlfriend through these activities.／通过这次活动，我跟她认识了。／Thông qua hoạt động này, tôi đã biết cô ấy.)

EX2 私の場合、仕事を通して日本語を覚えました。
わたし　ばあい　しごと　とお　にほんご　おぼ
(In my case, I learned Japanese through my job.／我是通过工作学会日语的。／Trường hợp của tôi là biết tiếng Nhật qua công việc.)

～たばかり

Just~／刚~／~ Vừa mới

E 「ばかり」 expresses that there is no time for anything else to happen, so this means "Immediately after something ended."

C 「ばかり」是表示没有时间发生其他事情，「什么结束后马上」。

V 「ばかり」 biểu hiện việc không còn thời gian cho sự việc khác xảy ra, ở đây có nghĩa là "ngay sau khi có gì đó xảy ra".

EX1 その事故については、さっきテレビで知ったばかりです。
じこ　　　　　　　　　　　　　　し
(I just learned about that accident on TV.／关于那个事故我刚从电视上知道。／Ban nãy, tôi vừa mới biết vụ tai nạn đó qua ti vi.)

EX2 引っ越ししたばかりで、街のことは、まだよくわかりません。
ひ　こ　　　　　　　　まち
(I just moved, so I still don't know much about this town.／刚搬家，对街里还不太熟悉。／Tôi vừa mới chuyển đến đây nên chưa biết rõ khu phố này.)

～かな

Might be~／~吗、~啊／~ Không nhỉ

E An expression used when talking to oneself to indicate somewhat doubtful feelings. As this is used to express something in a way like you are saying it to yourself, it sounds lively.

C 自言自语时常用，表示稍微带有疑问，如实地表现自言自语的样子，有种栩栩如生的感觉。

V Là mẫu câu dùng khi tự nói một mình, biểu hiện cảm giác hơi băn khoăn. Nhờ lối nói giống như độc thoại nên có cảm giác sinh động.

EX1 この荷物はここに置いていいかな？
にもつ　　　　　　お
(It might be okay to put this bag here?／这个行李放这儿不知道行不行（行吗）。／Để hành lý ở đây được không nhỉ?)

EX2 最初は、私には無理かなと思いました。
さいしょ　わたし　むり　　　おも
(At first, I thought it might be impossible.／开始我就觉得不行啊。／Ban đầu tôi nghĩ không biết mình làm được không.)

～ままにする

Leave it~／就那样／~ Để nguyên

E Expresses that a current state will be continued.

C 表示继续与现在同样的状态。

V Tiếp tục trạng thái giống như hiện tại.

EX1 空気が悪いので、しばらく窓を開けたままにした。
くうき　わる　　　　　　　　まど　あ
(The air in here is poor, so I left the window open for a while.／空气不好，所以就那样再开一会儿窗。／Không có không khí nên tôi để cửa sổ mở một lúc.)

EX2 あとで片づけますので、そのままにしておいてください。
かた
(I will tidy up later, so please just leave it like that.／过会儿就收拾，就那么放着吧。／Cứ để nguyên như vậy, tôi sẽ dọn sau.)

🔍 Focus on the Structure

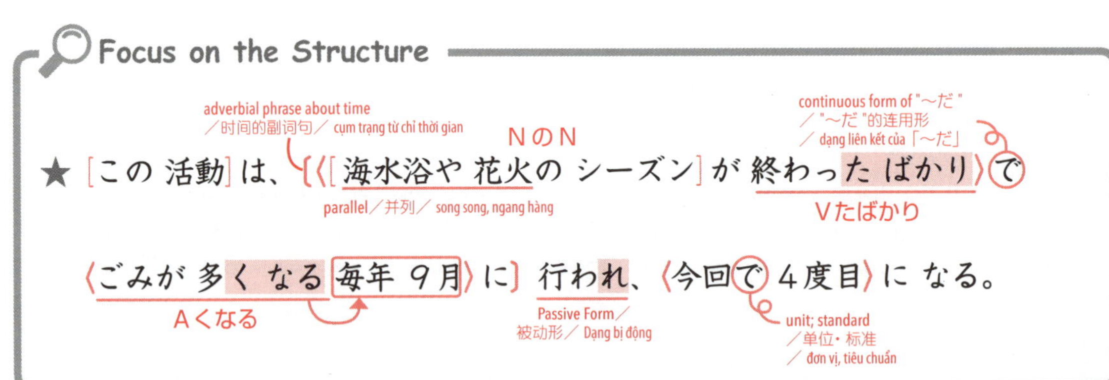

★ ［この 活動］は、{〈［海水浴や 花火の シーズン］が 終わった ばかり〉で

〈ごみが 多く なる 毎年 9月〉に］ 行われ、〈今回で 4度目〉に なる。

CHECK

Q　何に対するお礼ですか。

Lesson
29 自然の世界④〜ユニークな植物
しぜん　　せかい　　　　　　　　　　　　　　　しょくぶつ

The Natural World ④ : Unique Plants ／自然世界④〜有趣的植物
／ Thế giới tự nhiên ④〜 Loài thực vật độc đáo

Grammar Target

◆〜ほど　　　　　◆〜たびに
◆〜あいだに
◆〜によっては〜（こと）もある
◆〜わけだ

　アルソミトラは、高い木にツルを巻いて成長する植物で、高さが数十メートルになると、人間の頭ほどの大きな実をつける。この実は、熟すと底に穴が開き、木が揺れるたびに中から種が出るようになっている。1つの実の中には、約400個の種が入っていて、遠くまで飛べるように、とても薄く、グライダーのような形をしている。★実際、風がない状態でも、1メートル下に落ちるあいだに4メートル前に進むことができるらしい。その日の風の状態によっては、50メートルの高さから飛びはじめて、1キロ先まで行くこともあるそうだ。また、種の形がどれも微妙に違うので、飛ぶ距離や方向もそれぞれ異なる。だから、さまざまな場所に落ちて、そこでまた伸びていくというわけだ。ハンググライダーも、この特徴をヒントに作られたものだと言われており、風がなくても飛べるという特徴は、今後の飛行技術の発展にも役立つのではないかと、研究が続けられている。

* ツル：普通の植物のように立って上に伸びないで、ほかのものを巻くように、または壁などに張りつくように伸びる植物の部分。

* グライダー：エンジンなどの機械がなく、空気の力や流れだけで飛ぶ飛行機。

* ハンググライダー：グライダーの一つで、スポーツ目的のもの。

Vocabulary

□ 巻く：roll up／卷／cuốn
ま

□ 成長（する）：(to) grow／成长／trưởng thành
せいちょう

□ 植物：plant／植物／thực vật
しょくぶつ

□ 実：fruit／果实／quả
み

□ 熟す：ripen／熟／chín
じゅく

□ 底：bottom／底／đáy
そこ

□ 穴：hole／洞／lỗ
あな

□ 揺れる：sway／摇晃／rung
ゆ

□ タネ：seed／种子／thông tin

□ 薄い：thin／薄／mỏng
うす

□ 微妙に：delicately／微妙／không rõ ràng
びみょう

□ 距離：distance／距离／khoảng cách
きょり

□ ヒント：hint／提示／gợi ý

□ 飛行：空を飛ぶこと。
ひこう　そら　と

□ 発展（する）：(to) expand／发展／phát triển
はってん

～ほど　As much as ～／像～／～Đến mức, cỡ

E An expression that uses an example to show the degree of an act or a state. 「～ぐらい」 may also be used.
C 举例表示动作及状态到达什么样的程度，也说「～ぐらい」。
V Là mẫu câu sử dụng ví dụ để thể hiện động tác, trạng thái ở mức độ nào. Có thể dùng là 「～ぐらい」.

EX1 ズボンに 100 円玉ほどの穴が空いていた。
（A hole as big as a hundred-yen coin was in my pants.／裤子破了一个一百日元大的窟窿。／ Quần có lỗ thủng cỡ đồng 100 yên.）

EX2 すみません、10 分ほどお待ちください。
（I'm sorry, please wait about ten minutes.／对不起，请等 10分钟。／ Xin lỗi, vui lòng chờ khoảng 10 phút.）

～たびに　Each time ～／每当～时／～Mỗi lần

E An expression for "every time that something happens."
C 表示「每当那个时候」的意思。
V Biểu thị ý nghĩa "mỗi lần đều như thế".

EX1 私のおいは、会うたびに背が高くなっている。
（Every time I meet my nephew, he has gotten taller.／我侄子每次见到他都长高了。／ Cháu trai tôi, mỗi lần gặp lại thấy cao hơn.）

EX2 古いアパートなので、車が通るたびに、窓が揺れます。
（It's an old apartment, so every time a car passes, the windows shake.／因为是旧的楼房，每次车通过时窗户都振动。／ Vì là nhà tập thể cũ nên mỗi lần xe điện chạy qua là cửa sổ lại rung.）

～あいだに　While ～／在～期间／～Trong lúc

E Expresses that something was occurring or taking place while a certain state or action was occurring.
  *This cannot be followed by verbs that indicate continuity.
C 表示在某种状态及动作持续的时间内发生什么或做什么。　※ 后面不能用表示持续的动词。
V Có gì đó xảy ra hoặc làm điều gì đó trong khoảng thời gian một trạng thái hoặc một sự việc nào đó đang tiếp diễn.
  ※ Vế sau không dùng động từ chỉ sự liên tục.

EX1 寝ているあいだに、ワンさんからメールが来ていた。
（While I was sleeping, an email from Wang-san had arrived.／我睡觉的时候，小王给我发了伊妹儿。／ Trong lúc ngủ thì có tin nhắn của anh Wan.）

EX2 日本にいるあいだに、富士山に登るつもりだ。
（I plan on climbing Mt. Fuji while I am in Japan.／在日本期间我打算登富士山。／ Tôi định leo núi Phú Sỹ trong thời gian ở Nhật.）

～によっては～（こと）もある　Depending on ～ (thing) may occur／根据～也有～／～Tùy vào....mà có trường hợp

E Indicates that something may occur under certain circumstances or given certain conditions.
C 表示在一定的状况及条件下有某种可能。
V Sẽ có trường hợp như thế trong một số điều kiện và tình hình nhất định.

EX1 この注射をすると、人によっては熱が出ることもある。
（Depending on the person, you may get a fever when you get this shot.／这个注射因人而异，有发烧的可能。／ Với mũi tiêm này, tùy từng người mà có trường hợp bị sốt.）

EX2 天気によっては、試合が中止になることもある。
（Depending on the weather, the match may be canceled.／根据天气，有取消比赛的可能。／ Tùy thời tiết mà có trường hợp trận đấu bị hoãn.）

🔑 ～わけだ　Which is why ~／～的原因／怪不得～／～ Nghĩa là

E An expression used when explaining something. Expresses a natural conclusion based on previously explained reasons.

C 用在说明什么事情，表示从前者叙述的理由中自然导致的结果。

V Là mẫu câu dùng để giải thích. Nêu ra kết luận đương nhiên từ nguyên nhân đã nêu trước đó.

> **EX1** 「働く女性は増えてるけど、保育園の数は増えないんです」
> 「なるほど。入園できない子どもが増える**わけだ**」
> ("There are more working women, but the number of nursery schools does not increase.""I see. Which is why there are more children who can't enroll in one."
> ／「工作的女性增多了，可是保育园的数量却没有增多」「所以进不去的孩子在增多。」
> ／"Phụ nữ đi làm tăng nhưng số nhà trẻ không tăng." "Ra vậy. Nghĩa là số trẻ không vào được nhà trẻ sẽ tăng.")
>
> **EX2** 「田中さんは足をけがしたそうです」「それで、試合に出てない**わけだ**」
> ("Tanaka-san seems to have hurt his leg." "Which is why he isn't in the match."／「听说田中脚受伤了」「怪不得他不参加比赛。」／ "Nghe nói anh Tanaka bị thương ở chân.""Nghĩa là không tham dự trận đấu rồi.")

🔍 Focus on the Structure

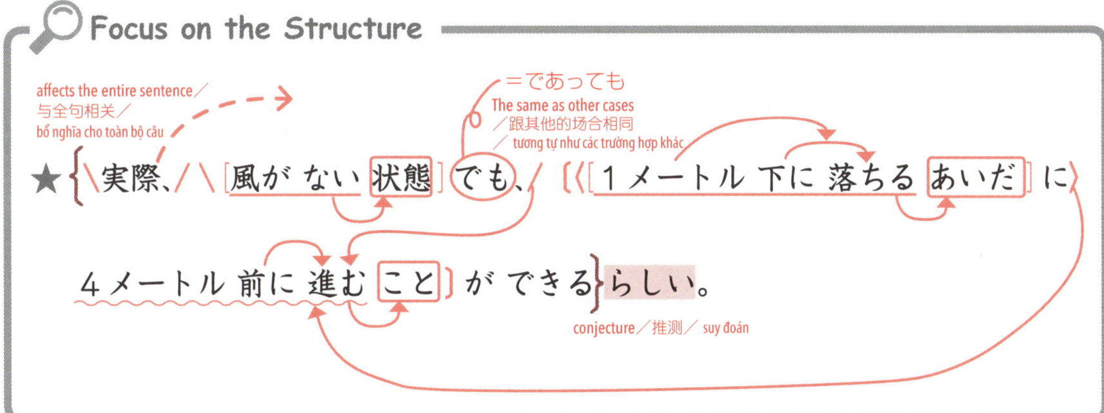

CHECK

Q　この話から、何と何が似ていることがわかりますか。

Lesson
30 趣味
しゅみ
Hobbies／情趣／Sở thích

Grammar Target
◆ ～ことがある（～こともある）
◆ ～をめぐって
◆ ～なんて
◆ ～うちに

　私は「ひとり登山」が好きだ。仲間と登るのも楽しいが、ほかの人が一緒だと、仕事の話や家族の話など、会話に意識が向いて、自分が山にいることを忘れてしまうことがある。私が山に登る一番の理由は、いつもの生活から離れ、自然に触れてリフレッシュしたいからだ。なのに、会話の内容はどれも現実的なことばかり。山にいるのに、現実に引き戻されてしまうのだ。

　それに、ひとりでない場合は、どうしてもほかの人のペースに合わせなければならなくなる。「このままどんどん進みたいな」「ここで一枚写真を撮りたいな」などと思っても、みんなの都合を聞いてからでないとできない。

　世間では、「ひとり登山」をめぐっていろいろと議論がされている。ひとりで登るなんて危険だと言われることもある。しかし、冬山や険しい山に登るのではなく、緊急の場合も含めて十分な準備をしていれば、問題ないと思う。

　今の時代、周りとの人間関係をうまくやっていくためにも、ひとりになる時間は大切だ。★ひとりで山を登ることに集中するうちに、悩みやストレスが汗とともに流れていくように感じるのだ。

＊リフレッシュ（する）：気分を新しくして、元気をつけること。

Vocabulary

□ 仲間：friend; comrade／同伴／bạn bè
なかま

□ 意識（する）：(to) recognize／意识／ý thức
いしき

□ 離れる：separate／离开／rời xa
はな

□ 触れる：touch／接触／sờ vào, chạm vào
ふ

□ 現実的（な）：realistic／现实的／mang tính thực tế
げんじつてき

□ 現実：reality／现实／thực tế
げんじつ

□ 引き戻す：pull back／拉回／kéo về
ひ　もど

□ ペース：pace／速度／tốc độ

□ 都合：convenience／情况／thuận tiện, điều kiện
つごう

□ 世間：the world／世间／thế gian, xã hội
せけん

□ 登山（する）：(to) climb a mountain／登山／leo núi
とざん

□ 議論（する）：(to) discuss／争论／thảo luận
ぎろん

□ 冬山：冬の山。
ふゆやま　ふゆ　やま

□ 険しい：dangerous／险峻／hiểm trở
けわ

□ 緊急：emergency／紧急／khẩn cấp
きんきゅう

□ 準備（する）：(to) prepare／准备／chuẩn bị
じゅんび

□ 悩み：worry／烦恼／nỗi lo lắng
なや

□ ストレス：stress／精神压力／xì trét, stress

□ 汗：sweat／汗／mồ hôi
あせ

🔑 〜ことがある（〜こともある）　〜 can happen／有〜（也有〜）／cũng có lúc 〜

Ⓔ An expression that means "occasionally happens." Also includes the connotation of "not always, but."

Ⓒ 表示「经常（偶尔）发生」的意思，含有「不是总是」的意思。

Ⓥ Mang ý nghĩa "thỉnh thoảng có lúc như vậy". Hàm ý "không phải lúc nào cũng vậy".

EX1 先生はふだんは優しいですが、たまに怒ることがあります。
（While Sensei is normally kind, he can occasionally get mad.／老师平时很温和，偶尔也有发火的时候。／ Thầy giáo bình thường rất hiền nhưng thỉnh thoảng cũng có khi tức giận.）

EX2 バスは遅れることがあるので、少し早めに行きましょう。
（The bus can be late, so we should go a little early.／公共汽车有晚的时候，早点儿去吧。／ Vì xe buýt cũng có khi bị chậm, nên chúng ta hãy đi sớm một chút.）

🔑 〜をめぐって　Surrounding 〜／围绕〜／cũng có lúc 〜

Ⓔ 「めぐる」here means "circling around a certain location," so「〜をめぐって」means "centered around this thing."

Ⓒ 「めぐる」是「围着某地转」的意，用「〜をめぐって」表示「以那个为中心」的意思。

Ⓥ 「めぐる」có nghĩa là "quanh một điểm nào đó", 「〜をめぐって」thể hiện ý "lấy chuyện đó làm trung tâm".

EX1 新しい道路の建設をめぐって、議論が続いている。
（A debate surrounding the construction of a new road is continuing.／围绕着新道路的建设，一直有争议。／ Cuộc thảo luận vẫn tiếp tục về việc xây dựng con đường mới.）

EX2 この島をめぐって、二国の間で二度、戦争が起きた。
（War has occurred between the two countries twice surrounding this island.／围绕着这个岛子，两国之间发生过两次战争。／ Giữa 2 nước đã xảy ra 2 cuộc chiến tranh vì hòn đảo này.）

🔑 〜なんて　To think that〜／那样的事／với việc 〜 thì

Ⓔ 「〜なんて」in「ひとりで登るなんて」means "to do something like〜" and indicates feelings of disavowal or surprise.

Ⓒ 「ひとりで登るなんて」的「〜なんて」是「〜等」的意思，表示否定及惊呀。

Ⓥ 「〜なんて」trong「ひとりで登るなんて」mang ý nghĩa là "với việc 〜 thì", thể hiện sẽ dẫn sự phủ định hoặc tâm trạng ngạc nhiên.

EX1 親にうそをつくなんて、できません。
（To think that you would tell a lie to your parent. You can't do that.／不能对父母撒谎。／ Với việc nói dối với bố mẹ thì tôi không làm được.）

EX2 私が代表選手になるなんて、信じられない。
（To think that I could become a representative player. I can't believe it.／不相信我会成为代表选手。／ Với việc tôi được chọn là cầu thủ đại diện thì không thể tin nổi.）

🔑 〜うちに　As (I)〜ed／趁〜／trong khi 〜

Ⓔ Means 〜 as a given action or state continues.　Ⓒ 表示「在某种动作及状态持续时」的意思。

Ⓥ Thể hiện ý "trong khi một hành động hoặc trạng thái nào đó đang tiếp tục diễn ra".

EX1 本を読んでいるうちに、だんだん眠くなりました。
（As I read a book, I got gradually more sleepy.／看着看着书，渐渐地困了。／ Tôi dần dần thấy buồn ngủ trong khi đọc sách.）

EX2 雨がやんでいるうちに、出かけよう。
（Let's leave while the rain is stopped.／趁雨停了，快走吧。／ Chúng ta hãy đi ra ngoài trong khi trời tạnh mưa.）

🔍 Focus on the Structure

★ 〈＼ひとりで／[山を 登る] こと 〉に 集中する うちに、

target; object／対象／đối tượng

Vるうちに

extent of time／时间的范围／phạm vi thời gian

[悩みや ストレス] が 汗と ともに 流れて いく ように 感じるのだ。

parallel／并列／song song, ngang hàng

Nとともに
（＝Nといっしょに）

change／变化／
sự thay đổi

figure of speech／
比喻／ví von

Nとともに

Vていく

Vように

Q1 ほかの人と山に登る場合の問題点はどんなことですか。

Q2 筆者が山に登る主な目的は何ですか。

ふくしゅう　§3 (Lesson 21-30)

I つぎの❶〜❻の＿＿＿＿に合うものをa〜gの中からえらんで、文をつくりましょう。

Choose what best goes in blanks ❶〜❻ from a〜g to create a sentence.
请从a〜g中选择适合下面❶〜❻的 ____ 进行造句。
Chọn một từ hoặc một cụm từ trong a〜g để điền vào chỗ _____ trong câu ❶〜❻ và hoàn thành câu.

❶ 雨が降るたびに　＿＿＿＿＿＿＿＿＿＿＿＿＿＿＿＿＿＿＿。

❷ ごみの問題をめぐって　＿＿＿＿＿＿＿＿＿＿＿＿＿＿＿＿＿。

❸ ボランティア活動を通して　＿＿＿＿＿＿＿＿＿＿＿＿＿＿＿＿＿。

❹ 暗くならないうちに　＿＿＿＿＿＿＿＿＿＿＿＿＿＿＿＿＿。

❺ いろいろな人と話をするのは　＿＿＿＿＿＿＿＿＿＿＿＿＿＿＿＿＿。

❻ 電車が動かなくなってしまう　＿＿＿＿＿＿＿＿＿＿＿＿＿＿＿＿＿。

a. この問題について考えるようになった　　b. 知らなかったわけだ

c. いいことです　　d. 帰りましょう

e. いろいろ議論がされている　　f. ここに水がたまる

g. おそれがある

II （　　）の中に入れることばをa〜dからえらびましょう。

Choose words to put in (　) from a〜d.
请从a〜d中选择正确的词语填入(　)内。
Chọn một từ hoặc một cụm từ trong a〜d để điền vào chỗ(　).

❶ 彼（　　　）本当の政治家だ。

a　こそ　　　　　b　さえ　　　　　c　しか　　　　　d　ばかり

❷ これは、今、日本（　　　　　）最も重要な問題の一つだ。

   a　において　　　　　b　にくらべて　　　　c　に対して　　　　d　にともなって

❸ やったことがない（　　　　）、何も知らないわけではない。

   a　というのは　　　　b　といっても　　　　c　とともに　　　　d　というほど

❹ この島をずっときれいな（　　　）にしたい。

   a　だけ　　　　　　　b　とおり　　　　　　c　ほど　　　　　　d　まま

❺ 起きた（　　　　　）、まだ何の用意もしていません。

   a　ばかりか　　　　　b　ばかりで　　　　　c　ばかりに　　　　d　ばかりは

Ⅲ つぎの❶〜❺の______に合うものをa〜fの中からえらんで、文をつくりましょう。

Choose what matches the following ____ marks ❶〜❺ from a〜f to create a sentence.
请从a〜f中选择适合下面❶〜❺的 ____ 进行造句。
Chọn một cụm từ trong a〜f để điền vào chỗ ____ trong câu ❶〜❺ và hoàn thành câu.

❶ ____________________ 遅れがちです。

❷ ____________________ 試合に出られなくても、仕方がない。

❸ ____________________ 中止になることもある。

❹ ____________________ 給料も少し下がった。

❺ ____________________ スープが冷めてしまった。

a．一人で行くなんて　　　　　　　　b．花火大会は、天気によって

c．雨の日は、バスが　　　　　　　　d．待っている間に

e．前より忙しくなったうえに　　　　f．かぜが治ったばかりだから

モデル文章の訳
ぶんしょう　やく

Model Sentence Translations
模式文章的翻译
Phần dịch của đoạn văn mẫu

Lesson ㉑

E ★ When talking about games, people often say bad things about them, such as that they are unhealthy or bad for a child's development, but depending on how they are used, they can also be useful in many different ways. For example, you can naturally become more knowledgeable about history while you play a game about Japanese history. In reality, some schools have implemented classes that incorporate games. Additionally, games can not only be used for education but also in medicine. Incorporating games where you move your body into rehabilitation can lighten a patient's spirits and decrease stress. As a result, this can make them feel more positive about rehabilitation. It seems that these are the kinds of effects that you can expect. Instead of something being used for pure amusement, their strengths can be used in various kinds of applications.Thinking that way, the social evaluation for games will be different from what it used to be, isn't it?

C ★说起游戏，被认为是不健康的或对孩子的成长不利等不好的评价很多，可是，根据使用方法不同，也有多益之处。例如在玩儿关于历史游戏的过程中，能了解自然和历史。实际上在一部分学校里，游戏教学已被采用。除此之外，游戏不仅用在教学上还活用在医疗方面。活动身体的游戏在康复临床上的使用，可以使患者心情放松，减轻精神压力，其结果可以激发患者康复的积极性，其效果令人期待。游戏不只是为了娱乐，还要发挥其长处，使之活用在各个领域上。这样一来，社会对游戏的评论（看法）是不是会有所不同呢？

V ★ Nhắc đến game chúng ta thường nghe thấy những điều xấu như không tốt cho sức khỏe, không tốt cho sự phát triển của trẻ nhưng tùy theo cách sử dụng lại rất có nhiều tác dụng. Ví dụ, trong khi chơi game liên quan đến lịch sử Nhật Bản thì sẽ biết rõ về tự nhiên và lịch sử. Thực tế ở một số trường học còn thực hiện những giờ học có sử dụng game. Ngoài ra không chỉ giáo dục, game còn phát huy tác dụng trong ngành y tế. Nhờ việc đưa game vận động cơ thể vào vật lí trị liệu mà tâm trạng của bệnh nhân cũng thoải mái hơn, giảm bớt căng thẳng. Nhờ vậy mà người bệnh tích cực hơn trong vật lí trị liệu. Người ta rất trông đợi những hiệu quả như vậy. Không chỉ đơn giản cho giải trí mà áp dụng những điểm mạnh của game để phát huy được đa dạng hơn. Nếu nghĩ vậy thì sự đánh giá của xã hội đối với game phải chăng sẽ khác đi?

Lesson ㉒

E Walking is a form of exercise that anyone can perform simply, but it has various health effects. It can improve blood circulation and increase body functions, improving conditions people may have such as a heavy neck and shoulders, bodies that get cold easily, and having difficulty sleeping. Of course, it is also effective as part of a diet. However, while I may say that walking is simple, one has to do more than walk. One needs to do practice walking in the correct way.

★ What is first important are wearing shoes that match your feet and clothes that are easy to move around in. Then do some light preparatory exercise and begin walking at first at a somewhat slower pace as you warm your body. When you walk, make sure to swing your arms and take large strides. Then begin walking at the speed you would walk when in a slight hurry. Breathe naturally through your nose and continue for twenty or more minutes. Slow down a bit at the end, and once you are done walking, once again lightly stretch your muscles.

Even three days a week is enough, but what is important is continuing to walk. The longer you continue to walk, the more you will surely notice your body's condition improving.

C 走是无论谁都会能做到的简单运动，健康效果很多。可以疏通经脉，使血流畅通，提高身体机能，改善「脖子肩膀酸痛」「体寒」「睡眠不好」等症状。当然对减肥也很有效。可是，说是简单，只是走不行，必须按正确的走法进行。

★首先重要的是要穿合适的鞋，穿便于运动的衣服。然后轻轻做一下准备运动，开始稍微慢慢地边暖和身体边走，走时要甩起胳膊，迈大步，然后再略微加快步伐快走。一边用鼻子自然地呼吸，走 20 分钟，最后慢慢地减速。完了之后，再轻轻地伸展一下筋肉。

一周三天就可以，长期坚持很重要。越坚持越能感受到身体的状况越来越好。

V Đi bộ là vận động đơn giản ai cũng có thể làm được nhưng lại mang đến nhiều hiệu quả sức khỏe. Hoạt động này giúp máu lưu thông tốt, nâng cao chức năng cơ thể nên cải thiện được tình trạng các triệu chứng như "nặng cổ, vai", "cơ thể bị lạnh", "ngủ không ngon". Tất nhiên hiệu quả với cả ăn kiêng. Tuy nhiên, nói là đơn giản nhưng chỉ đi bộ thôi thì không được. Cần phải thực hiện nó đúng cách.

★ Trước tiên quan trọng là phải đi đôi giày vừa với chân và mặc trang phục dễ vận động. Sau đó khởi động nhẹ nhàng, ban đầu từ từ một chút một, làm nóng cơ thể rồi bắt đầu đi. Khi đi, tay vung, chân bước rộng. Đi với tốc độ như lúc hơi vội. Thở tự nhiên bằng mũi và liên tục trên 20 phút. Cuối cùng giảm dần tốc độ, khi dừng thì lại co giãn cơ bắp nhẹ nhàng.

Tuần chỉ cần 3 lần nhưng quan trọng là duy trì. Càng kéo dài thì bạn sẽ cảm nhận được sức khỏe tốt lên.

Lesson ㉓

Ⓔ The other day, an 83-year-old man in Osaka City caused an accident with his car. This accident severely injured a woman walking on the street. The man seems to have said, "I didn't notice that the woman was walking in front of me at all." As one ages, their eyes and ears grow worse, and decision-making abilities decline, but recently in Japan, the number of elderly people causing traffic accidents has increased, and this is a problem.

As this happens, attention is being placed on autonomous driving systems for cars. Autonomous driving systems allow cars to be automatically driven even without a person driving them. With these systems, even the elderly would be able to safely board cars.

★ However, there are still many problems, such as "To what degree will they be automated, and when accidents occur, who will be responsible?" It is said that in Japan, the number of elderly people will only increase further. I hope that development proceeds smoothly so that even the elderly will be able to board cars safely.

Ⓒ 前几天，在大阪，一个83岁的男子开车造成了一起交通事故。事故中，走在路上的女子受了重伤。据男子说「根本没注意到女子在前面走」。上了年纪，眼镜耳朵都不好，判断力也下降。日本近年因由老年人造成的交通事故增加而成问题。其中汽车的自动运行系统受到关注，所说的自动运行系统就是人不开车也会自动运行。有了这个系统，老年人也可以安心开车。

★只是还存在着「自动化到什么程度？出事故时会是谁的责任？」等众多问题。日本今后老年人会更多，希望老年人也能安心地开车这一研发顺利进展。

Ⓥ Mấy hôm trước tại thành phố Osaka, ông cụ 83 tuổi đã gây tai nạn ô tô. Vì tai nạn này mà người phụ nữ đi bộ trên đường đã bị thương nặng. Ông cụ nói rằng "Tôi hoàn toàn không nhận ra có người đang đi đằng trước". Khi có tuổi, mắt và tai kém hơn khiến khả năng nhận biết giảm sút, tại Nhật Bản gần đây số vụ tai nạn giao thông do người già gia tăng trở thành một vấn đề xã hội.

Trong bối cảnh như vậy thì hệ thống lái tự động của ô tô đang rất được chú ý. Hệ thống lái tự động là hệ thống xe tự động lái mà người không cần lái. Nếu có hệ thống này thì người già cũng có thể yên tâm lái xe.

★ Tuy nhiên vẫn còn rất nhiều vấn đề như "Có thể cho lái tự động tới mức độ nào, khi xảy ra tai nạn sẽ là trách nhiệm của ai". Người ta nói rằng từ nay trở đi số người già ở nước Nhật còn tăng lên. Hy vọng công việc phát triển hệ thống tiến triển thuận lợi để người già cũng có thể yên tâm lái xe.

Lesson ㉔

Ⓔ Ten years have already passed since it has been possible to buy things on the Internet. ★ When you consider the cost of travel to department stores, this has been a very economical thing for me, someone who lives in an inconvenient location.

Apply to purchase something on the Internet and pay at a convenience store, and then your items arrive right away. We now think of this as a natural thing. This is only possible because of the strong state of Japanese logistics. If a situation occurs where consumers cannot be satisfied because items do not arrive, they arrive later than planned, or they arrive broken, the Japanese economy will be turned up-side-down. This must be avoided.

However, in reality the world of Japanese logistics is in a situation where there is a labor shortage due to the aging of truck drivers, and long work hours is becoming a problem. Because of this, methods are being driven toward implementation such as consumers picking packages up from convenience stores, carrying goods using open bus space, delivery of goods using drones, and so on.

Meanwhile, what we can do to improve this situation as consumers would be to change our ways of living to ones where we can be more unhurried about waiting for goods to arrive.

Ⓒ 我开始网购已经有 10 年了，★考虑到去百货店的交通费，这对住在不方便的地方的我来说，真是非常经济。

在网上订上货，在便利店交上钱，货马上就可以送到。我们都觉得这是理所当然的事，真因为日本物流发达才会这样。如果货物没送到，或者有破损等，消费者不满的话，将会给日本经济造成负面影响，这是必须要避免的。

但是，实际上现在日本物流产业随着司机的老龄化存在者人手不够及劳动时间过长的问题。为此，消费者在便利店取货及利用公共汽车空余的地方运货、利用无人驾驶机等运货办法正在向实用化推进。

为了改善这种状态，我们消费者能做到的是要耐心的等待货物的到来，改变焦虑的生活态度。

Ⓥ Đã mười năm kể từ khi có thể mua hàng qua mạng internet. ★ Tính phí giao thông đi đến trung tâm mua sắm thì với người sống ở nơi bất tiện như tôi lại rất kinh tế.

Đăng kí qua internet, trả tiền ở cửa hàng tiện lợi là hàng sẽ đến ngay lập tức. Chúng ta nghĩ điều này là đương nhiên. Đó chính là nhờ lưu thông hàng hóa của Nhật Bản đang diễn ra suôn sẻ. Nếu rơi vào tình trạng người tiêu dùng không thỏa mãn như hàng không tới, hàng tới chậm hơn dự định hay hàng tới mà bị hỏng thì nền kinh tế Nhật sẽ trở nên hỗn loạn. Điều này cần phải tránh.

Thế nhưng thực tế hiện nay, giới lưu thông hàng hóa của Nhật Bản đang gặp phải vấn đề thiếu người làm và thời gian làm việc dài do tuổi của lái xe đang già đi. Chính vì vậy người ta đang chuẩn bị hiện thức hóa bằng phương thức như người tiêu dùng nhận hàng ở cửa hàng tiện lợi, vận chuyển hàng tận dụng không gian trống của xe bus, giao hàng bằng máy bay điện tử.

Bên cạnh đó để cải thiện tình hình này thì điều người tiêu dùng chúng ta thực hiện được là thay đổi thái độ sinh hoạt bình tĩnh chờ đợi cho tới khi hàng được chuyển đến.

Lesson ㉕

Ⓔ The sloth is obviously named after the trait of slothfulness, but people may know surprisingly little about how they really live. Sloths often sit still and do not move. It is said that they sleep for about 20 hours a day. Because they spend most of their days sleeping, it is inevitable that people would call them slothful.

However, unlike human sloths, they may be extremely strict on themselves. They closely stick to the rules that they created. For example, they eat about eight grams a day, and they go to the bathroom–in their case, this means descending to the ground–only once a week. Also, not only do they have little muscle, there is a concern that their lives could be put at risk by moving and raising their body temperature, so they move as little as possible, living the most low-energy life possible. In other words, being slothful is a life-or-death issue for sloths.

Also, even when they are attacked by enemies, sloths do not run or attack. ★ It is said they relax their entire bodies as much as possible to decrease the pain and sit there, accepting death.

Ⓒ "ナマケモノ" 这个名字当然是来自「懒人」，可是，我们是不是竟然还不知道它们实际生活的样子吧。一动不动地呆着的 "ナマケモノ" 它的睡眠时间据说长达 20 个小时，一天几乎以睡觉度过，所以被叫作 "懒人" 也是理所当然的。

可是跟人的 "怠け者" 不同，它们也许对自己特别严厉，他们自己定下规则并加以严守。吃的一天只有 8 克，它们为了去厕所到陆地上来，一周只有一次。还有，它们肌肉很少，而且如果乱动，体温上升的话就会有失去生命的危险，所以尽可能不动，过着不能超过一定能量的低能量生活。也就是说 "ナマケモノ" 是 "豁出命去懒"。

所以就连当敌人来袭击时，它们也不逃不攻击。★为了减少痛苦，放松全身力气，一动不动地接受死亡。

Ⓥ Tên con lười tất nhiên là từ "người lười" mà ra nhưng còn nhiều điều về cuộc sống thực tế của chúng chưa được biết đến. Con lười đa phần không cử động chỉ ngồi yên một chỗ. Thời gian ngủ của con lười khoảng 20 tiếng. Vì chúng ngủ hầu như cả ngày nên có bị gọi là con lười cũng phải.

Nhưng khác với người lười, có lẽ chúng rất nghiêm khắc với bản thân. Chúng luôn tuân theo đúng quy tắc mà mình đã định. Một ngày ăn 8gram, đi vệ sinh, với con lười thì chúng phải tụt xuống mặt đất, nhưng cũng chỉ một tuần một lần thôi. Ngoài ra do ít cơ bắp lại thêm nhiệt độ cơ thể tăng dễ có nguy cơ mất mạng nên chúng cố gắng không cử động để sống tiết kiệm năng lượng. Nói cách khác con lười "lười bằng cả tính mạng của mình".

Và ngay cả khi bị kẻ thù tấn công chúng cũng không chạy trốn hay tấn công lại. ★ Chúng thả lỏng cơ thể để giảm thiểu cái đau và nằm im chấp nhận cái chết.

Lesson ㉖

Ⓔ Sakamoto Ryoma is such a famous figure that no Japanese person would not know his name. Despite only being discussed a little bit in history textbooks, he is often made into the main character of dramas or novels. His greatest achievement was getting two powerful but antagonistic domains to work together in an age when Japanese was entering modernity, bringing out a powerful strength to create a new country.

★ However, more than his achievements, it is thought that his humanity is the reason he is now highly regarded by many people and loved. While this can be said about any age, bravery is normally needed in order to begin doing something that others do not do. The power to think of such things is obviously needed, but so are actions and outstanding thoughts that will gain one the support of those around them. Ryoma had all of this.

Instead of being bound by the idea that power is justice, Ryoma tried to create a new age without resorting to conflict. Bringing together these domains that once fought each other could not have been a simple task. Ryoma was able to do this because he had the ideas needed to bring the two together, as well as the drive to continually try to convince them to do so without giving up.

Of course, one person's strength alone was not enough to do something this large. Ryoma's powerful individuality and charm must have moved those around him, moved history, and even moved the hearts of present-day people.

C 坂本龙马在日本是一位家喻户晓，非常有人气的人物。尽管历史的教科书里只是提到了一点点，可是在电视剧及小说中都是主角性的人物。他的最大业绩是在日本迎来近代的年代里，将有实力却对立的两大藩相互协力，使他们为建设一个新的国家出力。

★但是，当今他被众多人高度评价及热爱，比他的业绩更大的理由是他的为人。无论什么时代，一般来说做一个从未有人做过的事需要很大的勇气。当然要有想做的能力，还要有得到周围人支持的活动能力及睿智，这些龙马都具备。龙马没有被力量才是正义这种当时的思想所束缚，他想要不通过争斗来创造一个新的时代。他把曾经相互争斗的藩主笼络在一起一定不会是一件容易的事。只有能将两者联合到一起的智谋及不气馁坚持说服他们的活动能力才能实现。当然这么一件大事不只是靠一个人就能做到的，龙马的强烈的个性及魅力打动了周围的人，更打动了现代人们的心。

V Sakamoto Ryoma là nhân vật nổi tiếng mà không ai không biết đến tại Nhật Bản. Dù trong sách giáo khoa lịch sử đưa rất ít nhưng lại thường thành chủ đề cho phim và tiểu thuyết. Công lao lớn nhất của ông là đã làm cho hai phe mạnh nhưng đối lập nhau hợp tác với nhau, tạo nên sức mạnh lớn để xây dựng nhà nước mới.

★ Nhưng ngày nay, lí do ông được nhiều người đánh giá cao và yêu mến là vì con người của ông hơn là công lao trên. Thời nào cũng thường nói rằng để bắt đầu điều mới mà không ai dám làm cần phải có lòng dũng cảm. Tất nhiên cần cả khả năng nghĩ tới điều đó, khả năng hành động để có được sự hỗ trợ của xung quanh cùng suy nghĩ vượt trội. Tất cả những điều này đều có ở Ryoma.

Ryoma không bị bó buộc bởi suy nghĩ sức mạnh mới là chính nghĩa khi đó mà ông đã cố gắng tạo ra thời đại mới không cần giao tranh. Để quy tụ được những anh em từng giao tranh với nhau trước khi không phải là chuyện dễ dàng. Chính ý tưởng kết nối hai bên và khả năng hành động liên tục thuyết phục không bỏ cuộc đã biến điều này thành hiện thực.

Tất nhiên một việc lớn như thế này một mình ông không thể làm được nhưng cá tính mạnh và sức hút của Ryoma đã làm lay động con người xung quanh, lay động lịch sử và lay động cả trái tim con người hiện đại.

Lesson 27

E It is often said that Japanese people work too hard. When you include things such as "service overtime" where no money is paid despite working overtime, Japanese people work a fairly long number of hours when viewed globally. Additionally, while it is a given in Europe that employees will use all of their paid vacation, the usage rate of vacation days in Japan is extremely low. Not only that, it is often thought that it is not good to take days off of work without a special reason. And death from overwork is a social problem that is even well known overseas.

So why do Japanese people work so much? One reason in the background may be a way of thinking that comes from old samurai society. One works for one's master and the "family" they belong to without fear of death–this is how a samurai should be, it is said. Also, during the Meiji period, the importance of work was spread through education in order to strengthen the country. This did not change even after World War II, and it can be said to have connected to Japan's current position as an economic power.

However, what is emphasized here is to work for the nation, for society, or a "house" or a company, and it does not think much about working for one's own sake. ★ Feelings of guilt when taking a vacation when others around you are working may stem from these kinds of "teachings." It can also be said to be the way that Japanese people have continued to work for many years. In recent times, measures to reconsider work methods have been taking place in the country or society at large, but it seems that time will still be required in order to change the way people think about work.

C 都说日本人是工作狂。加班也不给加班费，如果包括「サービス残 ／服务加班」的话，日本人的劳动时间跟世界平均比要长得多。在欧洲带薪休假全部利用是理所当然的，但日本的利用率却非常低，除此之外，没有特殊理由的休息被认为是不好的行为。因此「过于劳累致死」成为海外众所周知的社会问题。

那么，为什么日本人要那么拼命工作呢？其背景之一也许来自以前的武士社会的观念。不怕死，为主人、为自己所属的「家」而拼命干活儿　作为武士，就应该那样。其次是明治时代为了让国家富强，接受教育、工作的重要性在国民中推广。战后也没有发生变化，这也可以说是成为今日经济大国的主要因素。

但是，在此要强调的是人们重视的是为国家、社会、或者为「家」以及公司工作，而不是为自己。★周围人都在工作，自己休息会感到有种罪恶感，这大概也是跟这种「教育」有关。所以这也可以说是日本人长年形成的「工作方法」。近年国家及整个社会都在对这种工作方法进行改善，可是要改变人们对工作的观念，还需要很长时间吧。

V Người Nhật thường được nói là làm việc quá nhiều. Nếu tính cả thời gian "làm thêm dịch vụ" tức làm thêm mà không được trả lương thì thời gian lao động của người Nhật khá dài so với thế giới. Ngoài ra, ở Châu Âu sử dụng hết thời gian nghỉ có lương là điều tất nhiên thì tại Nhật Bản tỉ lệ sử dụng rất thấp. Không chỉ vậy, việc nghỉ không có lí do đặc biệt thường bị coi là điều không tốt. Và "chết vì lao lực" trở thành vấn đề xã hội mà cả nước ngoài cũng biết đến.

Vậy tại sao người Nhật lại làm việc nhiều đến như vậy. Một lí do do có thể do suy nghĩ trong xã hội võ sĩ đạo xưa kia. Đó là không sợ cái chết, làm vì chủ nhân, vì "nhà" mà mình thuộc về, nếu là võ sĩ đều phải như thế. Ngoài ra, vào thời Minh Trị, để tăng cường sữa mạnh quốc gia, thông qua giáo dục, sự quan trọng của lao động lan rộng khắp cả nước. Sau chiến tranh cũng không thay đổi và có thể nói nó kết nối tới đất nước Nhật Bản cường quốc kinh tế ngày nay.

Nhưng điều được nhấn mạnh ở đây là việc làm việc cho đất nước và xã hội hoặc cho "nhà" và công ty chứ không có quan điểm cho bản thân mình. ★ Cảm giác tội lỗi khi mọi người làm việc mà chỉ mình nghỉ có lẽ cũng do "cách dạy" này. Và có thể nói đây cũng là "cách làm việc" bao nhiêu lâu nay của người Nhật. Những năm gần đây, có nhiều nỗ lực xem xét lại cách làm việc trên toàn quốc và xã hội nhưng để thay đổi suy nghĩ của mọi người về công việc chắc vẫn còn mất nhiều thời gian.

Lesson 28

E On the 3rd on the Asahi Coast, about 100 foreign exchange students from ABC Japanese School (Midoriyama City) and citizen volunteers conducted volunteer activities, picking up trash on the sand. Every July, the school holds a beach ball tournament on the Asahi Coast, and along with cleaning the sands out of gratitude, they are also using this trash collection as an opportunity for exchange with regular citizens. ★ These activities take place every September, right after the sea bathing and fireworks season, when there is a large amount of trash, and this is the fourth time they have been conducted. As they picked up one piece of trash at a time, sweating under the blue sky, they were able to collect enough trash to fill a two-ton truck in total. Gwen-san, an exchange student, said, "I'm glad we were able to work together with everyone to clean up the coast. I think that we may have been able to show some amount of our thanks for allowing us to use the sands so much during the summer. I want to keep these sands beautiful forever."

C 在 ASAHI（朝日）海岸，3 日 ABC 日语学校的外国留学生跟市民志愿者约 100 人参加了捡落在沙滩上的垃圾活动。这个学校每年 7 月都在朝日海岸举行沙滩球赛，出于感恩，他们将沙滩收拾干净，通过捡垃圾，作为与市民交流的机会。★这个活动在海水浴及烟花大会刚结束后垃圾增多的每年 9 月举行，这是第四次。在蓝蓝的天空下流着汗捡垃圾，一共捡了容量为两顿的一卡车垃圾。留学生グエンさん说「大家齐心协力把海滩收拾得干干净净，心里很高兴。夏天我们经常利用这个沙滩，我想这也算是个小小的回报吧。我希望它一直这么干净」。

V Ngày mùng 3, tại bờ biển Asashi, khoảng 100 người bao gồm lưu học sinh người nước ngoài của trường tiếng Nhật ABC (Thành phố Midoriyama) cũng tình nguyện viên thành phố đã tổ chức hoạt động tình nguyện thu gom rác bên bờ biển. Trường hàng năm đều tổ chức thi đấu bóng chuyền bãi biển tại bờ biển Asahi nên cùng với việc làm sạch bờ biển để cám ơn, thông qua việc nhặt rác để giao lưu với nhân dân trong thành phố. ★ Hoạt động này được tổ chức vào tháng 9 hàng năm khi rác nhiều lên do mùa tắm biển và mùa pháo hoa vừa kết thúc, và lần này là lần thứ 4. Mọi người miệt mài nhặt từng mẩu rác nên đã gom được lượng rác tương đương 1 xe tải 2 tấn. Bạn lưu học sinh tên Nguyễn đã nói rằng: "Tôi rất vui vì cùng mọi người làm sạch bờ biển. Tôi nghĩ mình đã tri ân được một chút vì vào mùa hè đã sử dụng bãi biển rất nhiều. Tôi muốn bãi biển này luôn được sạch đẹp".

Lesson 29

E Alsomitra is a plant that grows by winding its vines along tall trees, and once its grows in height to tens of meters, it attaches large fruits to itself, the size of a human head. When ripe, holes appear on the bottom of these fruits so that seeds can fall out from inside whenever the tree shakes. One fruit contains about 400 seeds, and the seeds are shaped like extremely thin gliders so that they can fly long distances. ★ In reality, even when there is no wind, it seems that they can fly forward four meters in the time they fall downward one meter. Depending on the day's wind, a seed can begin flying at a height of fifty meters and travel as much as a kilometer. Additionally, each seed is shaped slightly differently, causing the distance and direction they fly in to differ. This is why they are able to fall in various locations, then grow once more. It is said that hang gliders were created taking inspiration from this trait, and the trait of being able to fly even without wind could be useful in the development of future flight technologies, and so research on them still continues.

C 『アルソミトラ』是藤蔓盘在高树上成长的一种植物，长到几十米时，就会结像人脑袋大的果。这个果长熟了，底下会开个洞，每当树摇动时，里面的种子就会出来。一个果里大约有 400 个种子，为了能飞得很远，种子很薄，形状像滑翔机似的。★实际上即使没风，从一米高处落下的瞬间，种子能前行 4 米。根据当天的天气，从 50 米高出落下的话，听说能飞到 1 公里远。还有，种子的形状略有不同，飞的距离及方向也各所不同。所以种子落在各处，并在那里生长。滑翔机据说就是以这个特征被制造出来的。即使没风也能飞的这个特征，对今后的航空技术的继续研究开与发将起着重要的作用。

V Alsomitra là loài thực vật sinh trưởng bằng cách quấn dây leo lên thân cây to, khi cao tới vài chục mét thì chúng ra qua to bằng đầu người. Quả này khi chín sẽ thủng một lỗ, mỗi lần cây rung lên, hạt sẽ từ trong rơi ra ngoài. Trong mỗi quả có khoảng 400 hạt, chúng rất mỏng và có hình dạng như chiếc tàu lượn để có thể bay xa. ★ Thực tế, ngay cả khi không có gió chỉ cần rơi xuống đươi 1m chúng đã có thể tiến xa được 4m. Ngoài ra hình dạng mỗi hạt lại khác nhau nên cự li và hướng bay lại khác nhau. Chính vì vậy chúng rơi ở nhiều nơi và lại sinh trưởng ở đó. Người ta nói rằng dù lượn được tạo ra nhờ vào đặt điểm này, và người ta vẫn tiếp tục nghiên cứu phải chăng đặc điểm bay được khi không có gió sẽ giúp ích trong việc phát triển kĩ thuật bay trong tương lai.

Lesson 30

E I like climbing mountains alone. While it's also fun to climb them with friends, when I am with others, my focus turns to conversation about work or family, and I can forget that I am on a mountain. The main reason I climb mountains is because I want to separate myself from regular life and come into contact with nature, refreshing myself. Yet everything that we talk about is practical. Though I am on a mountain, I am being pulled back into reality.

Also, when I am not alone, I have to match the pace of others no matter what. Even if I thought "I want to keep going like this," or "I want to take a photo here," I would have to first ask everyone else if it would be convenient for them to do so.

Many discussions are had in society about climbing mountains alone. Some say that it is dangerous to climb a mountain alone. However, I do not think it is a problem if you do not climb winter mountains or dangerous mountains, and if you are adequately prepared, including preparations for emergencies.

These days, it is important to have time alone, in part to maintain good human relationships with those around you. ★ While focusing on climbing a mountain alone, it feels as though my troubles and stress flow away from me along with my sweat.

C 我喜欢「一个人登山」。跟朋友登山虽然很快乐，但跟别人在一起就会聊一些工作及家庭的话题，精力集中在说话上，有时会忘记自己在山上。我登山的最大的理由是想远离现实生活，回归自然，让自己焕然一新。可是聊天的内容都是现实的话题，即使人在山上也会被带到现实中。

还有，不是一个人的话，总是要跟着别人的节拍走。如果想「就这样一直前行」或「在这想照张相」的话，必须问一下别人才行。

社会上对「一个人登山」有各种各样的争论。也有人说一个人登山太危险。★可是我觉得只要不登冬天的山和险峻的山，充分做好紧急情况时的准备的话，是没问题的。

V Tôi thích đi "leo núi một mình". Leo núi cùng bạn bè cũng vui nhưng khi đi cùng người khác phải để ý nói chuyện về công việc, gia đình nên quên mất việc mình đang ở trên núi. Lí do đầu tiên để tôi leo núi đó là xa rời cuộc sống thường nhật, gần gũi với thiên nhiên để làm mới mình. Vậy mà nội dung câu chuyện chỉ toàn việc hiện thực. Đang trên núi mà lại bị kéo về hiện thực mất rồi.

Và lại khi không phải một mình, kiểu gì ta cũng phải theo tốc độ của người khác. Dù có muốn "cứ thế này mà tiến" hay "muốn chụp một tấm ở đây" cũng lại phải hỏi ý kiến mọi người mới làm được.

Mọi người cũng bình luận nhiều về "leo núi một mình". Cũng có ý kiến cho rằng leo một mình nguy hiểm. Nhưng ta không leo vào mùa đông hay những ngọn núi nguy hiểm, và nếu chuẩn bị kĩ càng cho cả trường hợp khẩn cấp thì không vấn đề gì cả.

Thời buổi này để quan hệ tốt với người xung quanh thì thời gian được ở một mình cũng rất quan trọng. ★ Trong khi tập trung leo núi một mình ta có thể cảm nhận được phiền muộn hay căng thẳng đang trôi theo từng giọt mồ hôi.

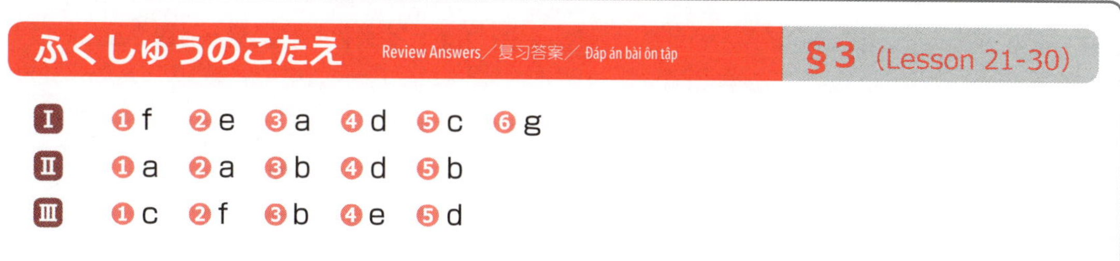

ふくしゅうのこたえ　Review Answers／复习答案／Đáp án bài ôn tập　**§3** (Lesson 21-30)

Ⅰ	❶ f	❷ e	❸ a	❹ d	❺ c	❻ g
Ⅱ	❶ a	❷ a	❸ b	❹ d	❺ b	
Ⅲ	❶ c	❷ f	❸ b	❹ e	❺ d	

Lesson

31 日本と外国①〜ハロウィン

Japan and Other Countries ① : Halloween
／日本和外国①〜万圣节／ Nhật Bản và nước ngoài ①〜 Halloween

　10月31日はハロウィンの日です。★昔は日本とは関係のない外国の話でしたが、最近は、この日を中心に、さまざまな関連イベントが行われるようになりました。日本にハロウィンが入ってきたのには、いくつか背景があるようです。有名な遊園地が、ハロウィンのイベントを始めたことや、子どものころから英語を勉強する人が増え、アメリカやヨーロッパの文化がより知られるようになったこと、などです。

　ハロウィンは、元々は宗教的な行事で、秋に作物ができたことに感謝したり、悪魔が寄って来ないようにするためのものでした。それが、国や地域によってさまざまな形になり、アメリカなどでは、子どもたちが仮装して、「trick or treat」と言いながら、近所の家々を訪ねて、お菓子をもらいます。

　日本でハロウィンと言うと、ハロウィンの夜に、お化けや流行のキャラクター、有名人などの仮装をした若者が街に大勢集まる様子がイメージされます。海外の都市でも行われるパレードを見て真似たものと思われますが、集まった人たちが大騒ぎをしたり、あちこちにごみを捨てたりすることが問題にもなっています。日本ではハロウィンは「仮装をする日」と見られているのかもしれません。つまり、普段の自分とは別の自分を表現できる日です。確かに、そんな日があれば、利用したくなるかもしれません。

　外国の文化を取り入れるのはいいことです。しかし、必要な部分だけに関心を向けるのは、つまらないです。元々の意味や目的をよく知り、学ぶことで、新しい文化もより深いものになるのではないでしょうか。

＊仮装：着るものを用意したり、化粧をしたりして、自分以外のものになること。

Vocabulary

□ 関連(する)：(to) relate ／关联／ liên quan

□ イベント：event ／活动／ sự kiện

□ 背景：background ／背景／ bối cảnh

□ 遊園地：amusement park ／游园地／ công viên vui chơi

□ 宗教的(な)：religious ／宗教的／ tính tôn giáo

□ 作物：acrops ／作物／ nông sàn

□ 悪魔：devil; demon ／恶魔／ ma quỷ

□ 家々：houses ／家家／ nhà nhà

□ お化け：ghost; goblin ／妖怪／ ma

□ キャラクター：character ／登场人物／ nhân vật

□ パレード：parade ／游行／ diễu hành

□ 真似る：imitate ／模仿／ bắt chước

□ つまらない：boring ／无聊／ nhàm chán

□ 元々の：original ／原来的／ vốn dĩ, vốn có

🔑 〜を中心に
ちゅうしん
Centered around 〜／以〜为中心／lấy 〜 làm trung tâm

E Expresses that "~is in the center of everything," or that "~is the most important thing."

C 表示「〜在整体的正中央」或「以〜为最重要的」的意思。

V Thể hiện ý "lấy 〜 làm vị trí trung tâm " hoặc "xem 〜 quan trọng nhất".

EX1 彼を中心に新しいバンドができた。
かれ　ちゅうしん　　あたら
(The band was formed centered around him.／以他为中心的乐队成立了。／Lấy anh ấy làm trung tâm, ban nhạc mới đã được lập ra.)

EX2 4月22日は「地球の日」で、この日を中心に各地でさまざまなイベントが行われます。
がつ　にち　　ちきゅう　ひ　　　　　ひ　ちゅうしん　かくち　　　　　　　　　　　　　　　おこな
(April 22 is Earth Day, and different events will be held in various locations centered around this date.／4月22号是「地球日」，以这天为中心，各地都举行各种活动。／
Ngày 22 tháng 4 là "Ngày trái đất", nên nhiều sự kiện sẽ được tổ chức ở khắp nơi vào trước, sau và trong ngày này.)

🔍 Focus on the Structure

indicates the subject of a section／
表示部分主语／chỉ chủ ngữ mang tính bộ phận

contradictory conjunction
／逆接／liên kết nghịch

★ 〔\昔は/〈日本とは[関係の ない]〉外国の 話でしたが、〕

affects the entire sentence／
与全句相关／
bổ nghĩa cho toàn bộ câu

\最近は、/\ [この 日]を 中心に、/〈\さまざまな/ 関連イベント〉が
　　　　　　　　　　〜を中心に

行われる ようになりました。
　　　　　Vるようになる

CHECK

Q　筆者は、日本ではハロウィンはどんな日だと言っていますか。
ひっしゃ　　にほん　　　　　　　　　　　　　　ひ　い

Lesson

32 日々の生活から④〜デジタル化

Daily Living ④ : Digitalization
／日常生活④〜数字化／ Từ cuộc sống hàng ngày ④〜 Số hóa

　本棚の３分の１ぐらいを占めているアルバムを見るたびに、何とかしなければと思う。★要らない写真を整理しようとアルバムを見始めたとたん、写真に夢中になってしまうのだ。あんなこともあった、こんなこともあったと、なつかしさでいっぱいになり、結局、一枚も整理できずに終わってしまう。

　これではいけないと、今年は、デジタルのフォトフレームとスキャナーを買った。写真をデジタル化しようと思ったのだ。まず、一番数の多いペットの写真から始めた。作業は思っていたより調子よく進み、４冊のアルバムを USB に入れて、フォトフレームで楽しむことができた。本棚にアルバム４冊分の場所を空けることもできた。

　ところが、小さい頃の写真や家族と一緒に写っている貴重な写真、思い出の写真などの場合、なかなか進まなくなる。古い写真の中には、いつ、どこで撮ったか、わからなかったり、写っている人の中に誰か、わからない人がいたりする場合もある。そのような場合、写真を捨ててしまうのが不安になる。「また、撮ればいい」とはならないのだ。

　アナログ時代からデジタル時代に移るときにブレーキをかけるのは、目に見えているものがなくなる、という不安である。いずれ必要としなくなるものとわかっていても、今、目に見えるものは存在し、いつでも手に取って見ることができる、という安心感がある。一方、USB に写真を入れても、その USB をなくしてしまったら、もう二度と見ることができなくなる。そんな不安から、デジタル化の作業の手は、ときどき止まってしまうのだ。

＊フォトフレーム：写真立て
＊スキャナー：書類や写真を読み取ってデジタルのデータにするもの。

Vocabulary

□ 占める：occupy／占／ Chiếm

□ アルバム：album／相册／ Album

□ 整理（する）：(to) sort out／整理／ Sắp xếp, chỉnh lý

□ 〜に夢中：obsessed with 〜／热衷于〜／ Say sưa, chăm chú

□ なつかしさ：nostalgia／怀旧／ Nhớ, tiếc nhớ

□ いっぱい：full of／满满的／ Đầy, đầy ắp

□ 結局：in the end／结局／ Kết cục, rốt cục

□ 空ける：open up／空／ Để trống

□ 存在（する）：(to) exist／存在／ Tồn tại

🔑 〜た途端（とたん）

The moment (I) ~ed／就在～的时候／Ngay khi vừa 〜 , vừa mới 〜 thì 〜

E Expresses when something happens in the same moment as something else.

C 表示在某种事情发生的那一瞬间，又发生了别的事情。

V Thể hiện khi vừa thực hiện hành động nọ thì lập tức việc khác xảy ra.

EX1 車から降りた途端、海のにおいがした。
くるま　お　　　とたん　うみ
(The moment I got out of the car, it smelled like the sea.／从车上一下来，就闻到了海的味道。／ Vừa mới bước xuống khỏi xe tôi đã ngửi thấy mùi biển.)

EX2 先生の顔を見た途端、宿題をするのを忘れていたことに気がついた。
せんせい　かお　み　とたん　しゅくだい　　　　　　　わす　　　　　　　　　　　き
(The moment I saw Sensei's face, I realized I had forgotten to do my homework.／见到老师的那一瞬间，马上意识到作业忘做了。／ Vừa nhìn thấy mặt thầy tôi nhận ra mình đã quên làm bài tập.)

🔍 Focus on the Structure

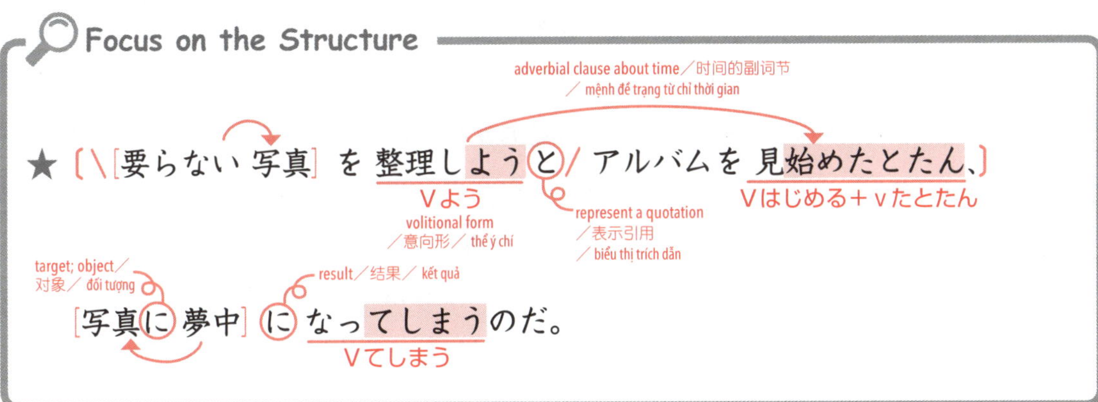

CHECK

Q1 これとはどんなことですか。

Q2 「また、撮ればいい」とはならないのはどうしてですか。
と

Grammar Target
◆〜ことに

Lesson
33 日々の生活から⑤〜犬の散歩
（ひび　せいかつ　　　　　いぬ　さんぽ）
Daily Living ⑤ : Walking a Dog
／日常生活⑤〜帯狗散歩／Từ cuộc sống hàng ngày ⑤〜 Dắt chó đi dạo

　私は朝と夜、一日2回、犬の散歩に行くのを日課にしている。幸いなことに、うちの犬は足が濡れるのを嫌うので、雨の日は休みになる。それ以外は暑くても寒くても、また、どんなに疲れていても、行くことにしている。

　犬の散歩をしていると、季節の変化を感じとりやすくなる。春には桜の花が少しずつ咲いていくのを日々確かめ、秋にはキンモクセイの木のそばを通るたびにその香りを楽しむ。足元の様子も、季節によって異なる。夏の暑い日には地面にいる虫たちを踏まないようにしながら、冬の寒い日には落ち葉のじゅうたんの上をザクザクと音を立てながら、歩く。

　実は歩いているとき、かなりの割合で足元に視線が向いている。犬が変なものを口に入れないか、注意しなければならないからだ。★地面には、木の実もあれば、食べ物の一部やお菓子の袋というような人間が捨てたものなど、いろいろあって、うっかり変なものを口に入れると大変なことになるのだ。そのせいか、人間の落とし物もよく拾う。多いのは、財布やポーチ、通勤や通学に使うカード、学生証や社員証、カギなどだ。そうしたものを見つけると、「また、見つけてしまった」と、半分困ってしまう。やはり面倒だからだ。そのままにしておいたほうがいいのか、交番などに届けたほうがいいのか、迷うが、たいていは届けることになる。持ち主が必死に探していたり、困っていたりしているかもしれない——そう思うと、届けてあげたくなるのだ。そして、近くの交番まで持っていく。

　そこで、書類に住所や名前などを書くのだが、その中に「お礼の受け取りを希望しますか」という質問がある。拾った人は1割くらいのお礼をもらう権利があるということなのだが、私はいつも、ＮＯにしている。「感謝してもらえればいい」という気持ちだからだ。ただし、財布の中身が何十万円という金額だったら、ちょっと迷うかもしれない。

*キンモクセイ：小さいオレンジの花がたくさん咲くのといい匂いがするのが特徴的な木。

Vocabulary

□ 日課（にっか）：毎日すると決めていること。

□ 幸い（さいわ）：happiness／幸亏／may mắn

□ 濡れる（ぬ）：to become wet／湿／ướt

□ 足元（あしもと）：steps; at one's feet／脚下／dưới chân

- ☐ 地面（じめん）：ground; surface／地面／mặt đất
- ☐ 踏む（ふむ）：step on／踏／giẫm
- ☐ じゅうたん：carpet; rug／地毯／tấm thảm
- ☐ 実は（じつは）：actually／其实／thật ra thì
- ☐ 割合（わりあい）：proportion／比例／tỉ lệ
- ☐ 視線（しせん）：line of sight／视线／ánh nhìn, ánh mắt
- ☐ 木の実（きのみ）：tree fruit／树上结的果／hạt, quả
- ☐ 持ち主（もちぬし）：owner／所有者／người sở hữu

- ☐ 必死に（ひっしに）：desperately／拼命地／cố gắng hết sức
- ☐ 書類（しょるい）：document／文件／giấy tờ
- ☐ 届ける［落とし物を］（とどける［おとしものを］）：turn in; report to an authority／送交（把丢失的东西）／đưa [đồ bỏ quên]
- ☐ 権利（けんり）：right(s)／权利／quyền lợi
- ☐ 中身（なかみ）：content／里边的内容／đồ bên trong
- ☐ 金額（きんがく）：amount of money／金额／số tiền

🔑 〜ことに　〜ingly／〜的是／Thật là 〜

E An expression that indicates impressions or feelings about a topic prior to discussing it.

C 在叙述主题前，表达有关其感想及心情。

V Cách nói thể hiện cảm tưởng hay tâm trạng về một sự việc trước khi nói cụ thể về sự việc đó.

> **EX1** 意外な**ことに**、誰も反対しなかったんです。
> （いがい／だれ／はんたい）
> （Surprisingly, no one opposed it.／意外的是谁也没反对。／Thật bất ngờ là không ai phản đối cả.）

> **EX2** 困った**ことに**、来週の月曜日まで、お店が休みなんです。
> （こま／らいしゅう／げつようび／みせ／やす）
> （Troublingly, the store is closed until next Monday.／不方便的是到下周一为止，这个店休息。／Thật phiền là cửa hàng nghỉ đến tận thứ hai tuần sau.）

🔍 Focus on the Structure

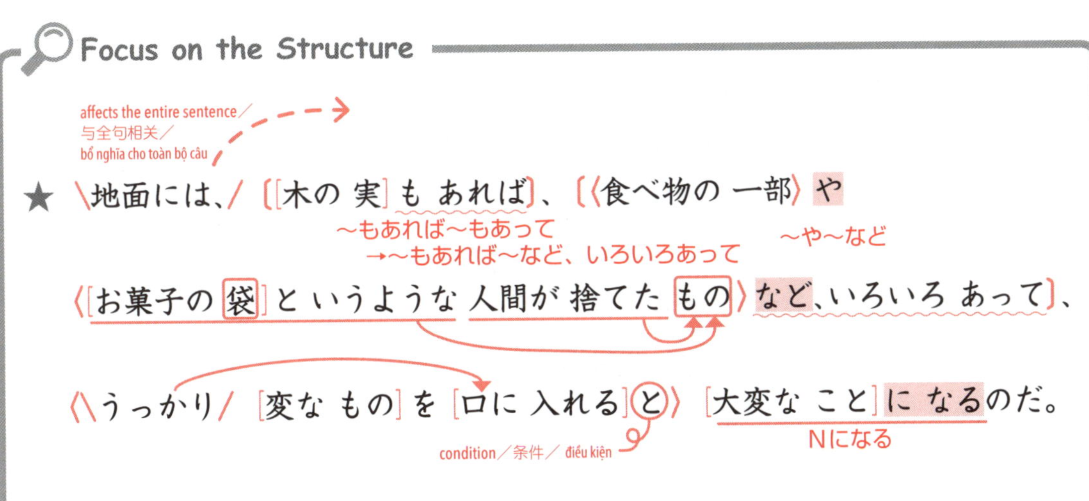

CHECK

Q　犬の散歩をすると、どんなことが多いと言っていますか。
（いぬ／さんぽ／おお／い）

Lesson

34 日本と外国②〜日本を訪れる人たち

Japan and Other Countries ② : People Visiting Japan ／日本和外国②
〜来访日本的人们／ Nhật Bản và nước ngoài ②〜 Những người đến Nhật Bản

Grammar Target
◆ 〜気がする

近年、国全体で観光に力を入れていることもあり、世界各地から来日する人たちが増えている。以前のように団体ツアーがほとんどというのではなく、一人あるいは友達同士などの個人旅行者がかなり増えているようだ。彼らの多くは「日本で○○をしたい」と、来日の具体的な目的を持っていて、体験型の日本訪問なのだ。

体験型の外国人が日本でしてみたいことは、柔道、合気道、盆栽などの日本の伝統文化を習うこと、バイクや自転車で地方などを回ること、着物を買うことなど、さまざまだ。また、旅行を目的として来日する人も多いが、彼らが行くところは決して一般的な観光地ではない。日本人がこれまで観光スポットとは考えていなかった場所に行くのである。日本人が疑問に思い、どうしてそこを訪れたのか、理由を尋ねると、たいてい「インターネットで紹介されていた」と答える。そして、確かにそこは魅力的な場所なのである。

こういう「体験型」や「自分で見つけた場所への訪問」の外国人旅行者について興味深く感じるのは、日本人が気づかなかった「日本的なもの」を彼らが発見し、それをインターネットで世界に広めてくれていることである。★私たちは、日本文化の中に日常的にいるために、「日本的なもの」が当たり前になり、その存在を忘れがちだ。しかし、日本に関心を持った外国人にはそれがよく見え、私たちは彼らの目を通して、気づかされ、その価値を知るのである。開国した明治時代に来日したアメリカ人の*フェノロサが、現代の日本に大勢来ているような気がする。

* アーネスト・フェノロサ：東京大学で政治学を教える一方で、日本の美術を高く評価し、海外にも広めた。
* 合気道：柔道に似たもので、柔道のもとになったいくつかのものから発展したもの。
* 盆栽：入れ物に入れ、見て楽しむために、草や木を育てること。
* スポット：あることが行なわれる場所。

Vocabulary

□ 団体 ：group／团体／ đoàn thể, tổ chức
□ 〜同士 ：fellow 〜／〜同志／ cùng 〜
□ 具体的(な) ：specific／具体的／ cụ thể
□ 目的 ：goal／目的／ mục đích

□ 体験 ：experience／体验／ trải nghiệm
□ 〜型 ：〜 type／〜型／ kiểu 〜
□ 伝統 ：tradition／传统／ truyền thống
□ 地方 ：countryside／地方／ địa phương

□ ～を回る＝～のあちこちを行く。

□ 魅力的（な）：attractive／魅力／cuốn hút

□ 訪問（する）：(to) visit／访问／thăm

□ 日常的（な）：everyday／日常的／thường nhật

□ 存在（する）：(to) exist／存在／tồn tại

□ 価値：value／价值／giá trị

□ 開国（する）：外国と交通や貿易を始めること。

〜気がする　Feel like 〜／觉得〜／cảm thấy, nghĩ rằng

E Expresses "I think this way; I feel this way."

C 表示「那样认为、那样感觉」。

V Thể hiện ý nghĩa "nghĩ như thế, cảm thấy như thế."

EX1 前回は負けたけど、今日は勝てる気がする。

(We lost last time, but I feel like we can win today.／上次输了，不过这次觉得能赢。／Lần trước thua nhưng lần này tôi nghĩ sẽ thắng.)

EX2 いらないものを捨てたら、部屋が広くなった気がした。

(Once I threw away everything I didn't need, it felt like my room got bigger.／不用的东西扔了后，房间觉得变大了。／Vứt đồ không cần nữa đi cảm giác phòng rộng ra.)

Focus on the Structure

indicate a location／表示场所／biểu thị địa điểm

V るために

★ 私たちは、〈[日本文化の 中]に \ 日常的に／ いる ために、〉

\「日本的な もの」が 当たり前に なり、/[その 存在]を 忘れがちだ。

Nになり

V がち

V

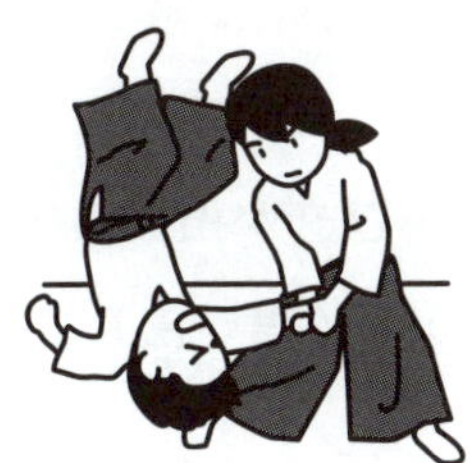

CHECK

Q 筆者は、訪日外国人を通して何に気づかされると言っていますか。

Lesson
35 物語
もの　がたり
Stories ／故事／ Chuyện kể

Grammar Target
◆〜をきっかけに

　ぼくは明治40年代に日本の浜松で生まれました。当時、日本は西洋文化を積極的に取り入れ、一般の人もバイオリンという西洋の楽器の演奏を楽しみました。ぼくのご主人は、バイオリンと奥様の弾く琴との合奏を楽しみました。しかし、間もなく奥様は病気で亡くなり、ご主人はぼくを押し入れに入れました。★新しい奥様が来た後、ご主人は新しい奥様に遠慮してか、ぼくを押し入れから出すことはありませんでした。

　ご主人は晩年、一番上の息子さんの家で住むことになりましたが、そこでも、ぼくは押し入れに入ることになりました。ご主人が亡くなった後、息子さんは子どもたちに「お祖父さんのバイオリン」の思い出話はしましたが、バイオリンを見せることはありませんでした。

　息子さんが亡くなった1997年、父親の物を片付ける娘さんに、ぼくは発見されました。娘さんは「お祖父さんのバイオリン」の話も思い出したようです。バイオリン工房に運ばれ、修理もしてもらいました。そして、ぼくは90年ぶりに音が出せるようになりました。これをきっかけに、娘さんはバイオリンを習い始めましたが、もっときれいな音がいいと言って、新しいバイオリンを買いました。それと同時に、ぼくは娘さんの部屋の壁に掛けられることになりました。明治時代に大量生産で作られたぼくは、高級なものではなかったのです。

　それから20年後、今度は娘さんのめいがバイオリンを習うことになり、ぼくはそのめいの家に送られました。明治、大正、昭和、平成の各時代のほとんどを押し入れで過ごしたぼくは、再び音が出せるようになった今、昔のご主人と奥様のお二人による楽しい演奏をなつかしく思い出しています。

＊明治：1868年から1912年までの時代。
＊琴：古くからある日本の楽器。
＊晩年：人生の終わりに近いころ。
＊合奏：複数の楽器で演奏すること。
＊工房：芸術家などが作品作りをするための部屋。
＊大正：1912年から1926年までの時代。
＊昭和：1926年から1989年までの時代。
＊平成：1989年から2018年（予定）までの時代。

Vocabulary

- ☐ 遠慮(する)：(to) consider／客气／*ngại, dè dặt, làm khách*
  えんりょ
- ☐ 押入れ：closet／橱柜／*tủ âm*
  おしいれ
- ☐ 思い出：memory／回忆／*kỉ niệm*
  おもで
- ☐ 発見(する)：(to) discover／发现／*phát hiện*
  はっけん
- ☐ 大量：large quantity／大量／*số lượng lớn*
  たいりょう

- ☐ 生産(する)：(to) produce／生产／*sản xuất*
  せいさん
- ☐ 高級：high-class／高级／*cao cấp*
  こうきゅう
- ☐ めい：niece／侄女／*cháu gái*
- ☐ なつかしい：nostalgic／怀旧／*nhớ*

🔑 〜をきっかけに　　〜 led to／以〜为契机／*nhân (dịp, cơ hội)*

🄴 Expresses when one matter induces something else.

🄲 表示由某种事情诱发成别的事情。

🅅 Cách nói về một sự việc được bắt đầu bởi một sự việc khác.

> **EX1** 彼女とは、同じパーティーに出たのをきっかけに知り合いました。
> かのじょ　　　　おな　　　　　　　　で　　　　　　　　　　　し　あ
> (Being at the same party as her led to us getting to know each other.／跟她是在参加同一个派队上认识的。／ Tôi gặp cô ấy nhân lần tham gia cùng một bữa tiệc.)
>
> **EX2** たまたま古本屋で本を買ったのをきっかけに、彼の小説を読むようになりました。
> ふるほんや　　ほん　か　　　　　　　　　　　かれ　しょうせつ　よ
> (Happening to buy his book at a used bookstore led to reading his novels.／偶尔在一个旧书店买了一本书为契机，开始看他的小说了。／ Nhân một lần tình cơ mua sách ở cửa hàng sách cũ mà tôi bắt đầu đọc tiểu thuyết của anh.)

🔍 Focus on the Structure

target; object／对象／*đối tượng*

★ ＼[新しい 奥様]が 来た後、／＼ご主人は [新しい 奥様]に 遠慮してか、／

indicate a location／表示场所／*chỉ nơi chốn*　　　　represent a question／表示疑问／*biểu thị nghi vấn*

《ぼくを ＼押し入れから／ 出す こと 》は ありませんでした。

〜ことはない

CHECK

Q1 お祖父さんのバイオリンと同じものを指している言葉は何ですか。
　　　じい　　　　　　　　　　　　　おな　　　　　　さ　　　　　　ことば　なん

Q2 「ご主人」以外でバイオリンを弾いたのは誰ですか。
　　　しゅじん　いがい　　　　　　　　　ひ　　　　だれ

序章

パート1

§1

§2

§3

§4

パート2

さくいん

Lesson

36 日々の生活から⑥〜話好きの人

Daily Living ⑥ : Talkative People ／日常生活⑥〜平日下午的时间
／ Từ cuộc sống hàng ngày ⑥〜 Người thích nói chuyện

Grammar Target
◆〜たところで

　私のおばは話好きだ。家が近いので年に数回、おばの家に行く機会があるのだが、行くと必ず、おばが話をし、私を含むほかの者全員がそれを聞くことになる。おばは活動的で、友達も多く、話題が豊富だ。だから、話も結構面白い。ただ、いくつか困る点もある。

　ひとつは、ときどき、知らない人が突然現れたりすることだ。たとえば——。

　「……そしたら、石川さんがフロントに荷物を預けてどこかに行っちゃったのよ。しょうがないから、ロビーで1時間も待ったわよ」

　「え？　石川さんって誰？」などと思うのだが、機嫌よく話しているのを途中で止めづらい。また、同じ話を何度もしているためか、話したつもりになって、説明が抜け落ちることがある。「どうして今、ここに？」「この人とこの人はどういう関係？」などと疑問がわく。おばの中では説明不要のことが、こちらにとっては新たな情報ということになり、情報のギャップになる。とはいえ、質問したら「ちゃんと話を聞いてなかったの？」と思われそうで、躊躇する。結局、何も言えず、特に問題などなかったように話は進むのだ。

　もう一つは、話がなかなか終わらないことだ。

　話好きの人にありがちなことだが、放っておいたら、いつまでもしゃべり続ける。ある程度聞いたところで、話が終わるタイミングを待つのだが、なかなかつかめない。二度、三度、あと一歩のところを経て、やっとタイミングを見つけ、「じゃ、私はそろそろ……」と言うことができる。

　★結局、話好きの人は、相手が話の内容を理解しているかどうかについては、それほど関心がないように思われる。それよりも、話すことで気分がよくなることのほうが大事なのだろう。だから、内容が全部わからなくても、気にしなくてもいいのではないか、そう思うことにしている。質より量なのだ。

Vocabulary

- □ 活動的（な）：active／活动的／Mang tính hoạt động, sôi động
  かつどうてき
- □ 豊富（な）：abundant／丰富的／Phong phú
  ほうふ
- □ 機嫌：mood／情绪／Tâm trạng
  きげん
- □ 抜け落ちる：fall out; fall through／脱落／Rơi, rụng, bị khuyết
  ぬ　　お
- □ 疑問：question; doubt／疑问／Nghi vấn
  ぎもん
- □ ギャップ：gap／差距／Khoảng trống, chênh lệch (giữa các tư tưởng v.v…)
- □ 躊躇（する）：それをするかしないか、迷うこと。
  ちゅうちょ　　　　　　　　　　　　　　　　　　　　まよ
- □ 放っておく：neglect／放开／Bỏ mặc
  ほう

- □ いつまでも：indefinitely／永远／Mãi mãi
- □ ある程度：to some degree／某种程度／Một mức độ nhất định
  　　ていど
- □ タイミング：それをするのにいいとき。
- □ つかむ：grasp／抓住／Nắm, tóm lấy
- □ そろそろ：soon; before long／马上／Sắp sửa
- □ 関心：interest／关心／Quan tâm
  かんしん
- □ 質：quality／质／Chất
  しつ
- □ 量：quantity／量／Lượng
  りょう

🗝 〜たところで　　Just as (I) ~ed／就在〜的时候／〜Vừa lúc

E Expresses that a latter action occurred just as a former action has come to an end.

C 表示就在前面的事情刚结束时发生了后面的事情。

V Sự việc trước vừa kết thúc thì sự việc sau xảy ra.

EX1 最後の答えを書い**たところで**、試験が終わった。
さいご　こた　　か　　　　　　　　　　　しけん　お
（ Just as I wrote the final answer, the test ended.／就在写最后的答案时，时间到了。／Vừa viết xong câu trả lời cuối cùng thì buổi thi kết thúc. ）

EX2 ちょうどホームに着い**たところで**、電車が出てしまった。
　　　　　　　　　つ　　　　　　　　　　でんしゃ　で
（ Just as I arrived at the platform, the train has left.／刚到站台电车就来了。／Vừa tới sân ga thì tàu xuất phát. ）

🔍 Focus on the Structure

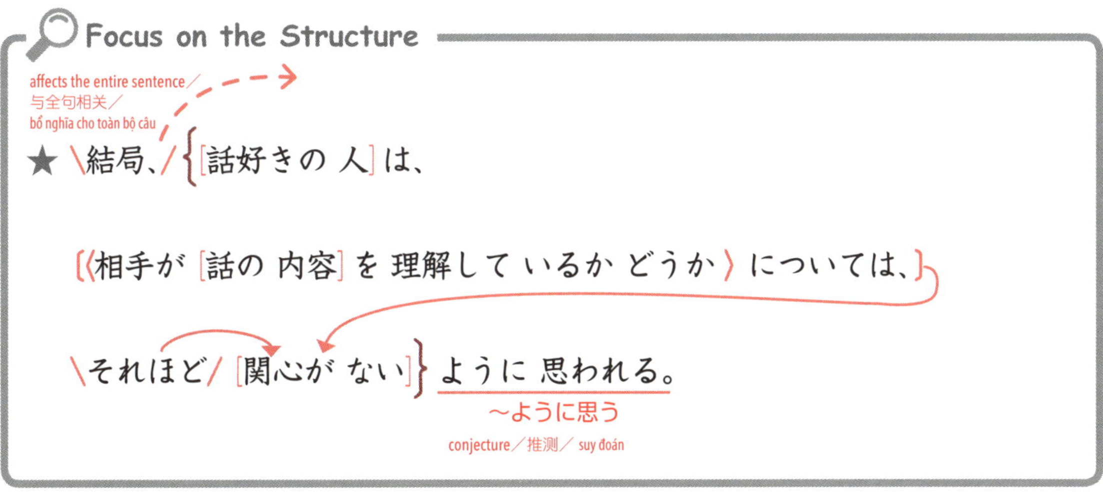

CHECK

Q1 筆者は、話がわからなくなったとき、どうすると言っていますか。
ひっしゃ　　はなし　　　　　　　　　　　　　　　　　　　い

　　a．聞いて確かめる　　　　　　b．そのまま聞く
　　　き　　たし　　　　　　　　　　　　　　　　き

Q2 筆者は、話好きの人にはどうするのがいいと思っていますか。
ひっしゃ　　はなし ず　　ひと　　　　　　　　　　　　おも

Lesson
37 現代社会④〜養殖
げんだいしゃかい　　　　　ようしょく

Modern Society ④ : Cultivation
／現代社会④〜养殖／ Xã hội hiện đại ④〜 Nuôi thủy hải sản

Grammar Target

◆ 〜傾向がある　◆ 〜に比べて
　　けいこう　　　　　　　　くら
◆ 疑問詞〜でも
　　ぎもんし
◆ 〜べき

　テレビで食べ物をレポートする番組を見ていると、よく、店の主人が「うちでは天然の魚しか使いません」と誇らしげに話したり、レポーターが「やっぱり天然ものは違いますね」とコメントしたりする。★なんとなく、天然は質が良くて価値の高いもの、養殖は本物より価値の低いものとされる傾向がある。

　確かに、広い海を力いっぱい泳いでいる魚の方が身も引き締まっているし、厳しい自然の中で生きてきただけ、健康的なのかもしれない。しかし、味を楽しむことだけで言えば、養殖の魚をばかにできない。まず、養殖魚は天然魚に比べて、泳げる広さが限られているため、体の筋肉量が少ない。つまり、脂身が多く、身が柔らかいのだ。だから、赤身より脂身が好きな人には、天然ものよりむしろ養殖もののほうがおいしく感じられるのではないだろうか。それに、管理された環境で育てられているため、品質や味が変わらず、一年のどの時期でも同じ味を楽しむことができ、食中毒の危険性も、より低い。生産者にとっても、捕れる量が決まっていて価格に大きな変化がないことが、大きな利点だ。

　もちろん、天然魚には天然魚にしかない魅力があるは事実なのだが、自然のバランスを維持するためにも、養殖技術をうまく取り入れていくべきではないだろうか。

* 養殖：魚や貝などを人工的に育て、増やすこと。
* 脂身：肉の中であぶらの多い部分。
* 赤身：肉の赤い部分。
* 食中毒：食べた物に原因となるものがあって、吐いたり、おなかが激しく痛くなったりすること。

Vocabulary

☐ 番組：program／节目／ chương trình
　ばんぐみ

☐ 天然：自然のままであること。
　てんねん　　しぜん

☐ 誇らしい：proud／值得骄傲的／ đáng tự hào
　ほこ

☐ 〜げ：〜そうな感じ、様子。
　　　　　　　　　かん　　ようす

☐ レポーター：reporter／现场报道记者／ báo cáo viên

☐ コメント（する）：(to) comment／评语、个人见解／ bình luận

☐ 質：quality／质量／ chất
　しつ

☐ 価値：value／价值／ giá trị
　かち

☐ 本物：genuine／真的／ đồ thật
　ほんもの

☐ 傾向：tendency／倾向／ khuynh hướng
　けいこう

☐ 力いっぱい：力を十分に出して。
　ちから　　　　　ちから　じゅうぶん　だ

☐ 身：体。体のうち、肉の部分。
　み　からだ　からだ　　　　にく　ぶぶん

☐ 引き締まる：tighten／绷紧／ thon gọn
　ひ　し

☐ ばかにする：look down on／看不起／ chế nhạo

☐ 筋肉：muscle／筋肉／ cơ bắp
　きんにく

☐ 管理（する）：(to) manage／管理／ quản lí
　かんり

☐ 環境：environment／环境／ môi trường
　かんきょう

☐ 品質：品物の質。
　ひんしつ　しなもの　しつ

□ 生産者：商品を作る人や会社。
　せいさんしゃ　しょうひん　つく　ひと　かいしゃ

□ 捕る：catch／捕捉／bắt
　と

□ 価格：price／价格／giá cả
　かかく

□ 利点：advantage／利点／điểm lợi
　りてん

□ 魅力：charm／魅力／sự cuốn hút
　みりょく

□ 維持（する）：(to) maintain／维持／duy trì
　いじ

🔑 ～傾向がある
けいこう
Has a tendency to～／有～傾向／Thường có khuynh hướng/xu hướng ～

E Indicates that "in general, something easily becomes this way" or "in many cases it becomes this way."

C 表示「一般容易那样」、「多数情况下会那样」的意思。

V Thể hiện ý "thông thường dễ trở nên như vậy" hay "đa số là như thế".

EX1 この仕事は、月末に忙しくなる傾向があります。
　　　しごと　げつまつ　いそが　けいこう
(This job has a tendency to become busy at the end of the month.／这个工作通常月末会比较忙。／ Công việc này thường có khuynh hướng bận vào cuối tháng)

EX2 年をとると、早起きになる傾向がある。
　　　とし　はやお　けいこう
(There is a tendency to start waking up early as you age.／上了年及，起床得起得早了。／ Càng có tuổi thì thường hay dậy sớm.)

🔑 ～に比べて
くら
Compared to～／与～相比／So với ～

E Indicates "in comparison to~; more than~"

C 表示「与～相比、比～还」的意思。

V Thể hiện ý nghĩa "So với ~ thì ~ hơn".

EX1 私の国に比べて、日本は人が多い。
　　　わたし　くに　くら　にほん　ひと　おお
(Compared to my country, Japan has more people.／跟我们国家比起来，日本人比较多。／ So với nước tôi thì nước Nhật đông dân hơn)

EX2 前回に比べて、参加者が少ない。
　　　ぜんかい　くら　さんかしゃ　すく
(Compared to before, there are fewer participants.／跟上次比，参加的人少了。／ So với lần trước thì người tham gia ít hơn.)

🔑 疑問詞～でも
ぎもんし
Whatever the ～／疑问词 无论～／Từ để hỏi ～ cũng

E "Whatever the season" can be used to mean "every season." Adding「でも」after interrogatives such as「どの」makes it into an emphatic expression meaning "all."

C 是「无论什么时候」、「所有时期」的意思。在像「どの」那样的疑问词后加上「でも」，表示强调「全部」的意思。

V "Thời kì nào cũng" sẽ có nghĩa là "Vào tất cả các thời kì". Khi thêm " でも " vào sau từ để hỏi như " どの " thì sẽ thành cách nói nhấn mạnh ý nghĩa "tất cả".

EX1 コンサートのチケットがとれるなら、どんな席でもかまわない。
　　　せき
(Whatever the seat, I don't mind if you can get concert tickets.／只要能弄到演唱会的票，不管什么座位都行。／ Nếu lấy được vé xem hòa nhạc thì chỗ nào cũng được.)

EX2 「待ち合わせは何時にしますか」「何時でもいいですよ」
　　　ま　あ　なんじ　なんじ
("When should we say to meet?" "Whenever is fine for me."／几点见面呢？」「几点都行啊！」／ "Chúng ta hẹn gặp mấy giờ nhỉ?""Mấy giờ cũng được".)

～べき Ought to ～／应该～／Nên ～

E 「べき」 generally expresses a duty, but in this case it can also mean "it is natural to ~." While it can be used in written communication, it is frequently used in conversation as well.

C 「べき」 一般是表示义务的意思。像这种情况也有 「～是当然的」 的意思。虽然是文章语，但会话中也经常使用。

V 「べき」 thường để thể hiện nghĩa vụ thông thường. Nó cũng có ý nghĩa " ~ là đương nhiên" như trường hợp này. Đây là từ dùng trong văn viết nhưng cũng thường được dùng trong hội thoại.

> **EX1** 大事なパーティーだから、出席すべきです。
> (This is an important party, so you ought to attend.／因为是个很重要的宴会，应该出席。／ Đây là bữa tiệc quan trọng vì thế anh nên tham gia.)
>
> **EX2** 迷惑をかけたんだから、みんなに謝るべきです。
> (You caused them trouble, so you ought to apologize to everyone.／因为添了很多麻烦，应该向大家道歉。／ Vì tôi đã gây phiền hà vì thế nên đương nhiên phải xin lỗi mọi người.)

🔍 Focus on the Structure

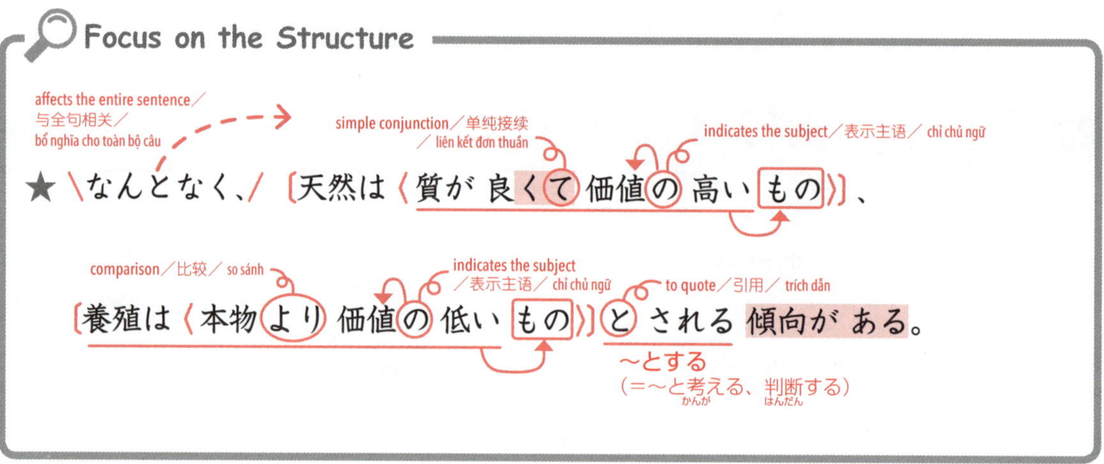

Q　養殖のいい点は何だと言っていますか。

Lesson 38 言葉の教育
ことば きょういく
Learning Language ／语言的教育／ Giáo dục ngôn ngữ

　ある会社が、小学生以下の子どものいる親、約1000人を対象に習い事に関するアンケート調査を行った。その結果に基づく人気ランキングでは、1位が水泳で、2位が英会話だった。小さいうちから英語に触れることが大切だ、という見方が広がり、幼児向けの英語の本も増え続けている。

　しかし意外なことに、英語ができる親は、早い時期からの英語教育にあまり積極的ではないようだ。その理由は主に二つある。一つは、子どもは覚えるのも早いが、忘れるのも早いということだ。確かに、9歳ぐらいまでの子どもの脳は、最も急速に発達し、何でも吸収する。だが、特に英語を必要とする環境でなければ、成長していくにつれて、忘れていってしまう。英語に対する興味を持ち続けるのも、簡単ではないだろう。

　もう一つは、二つの言語を同時に学習するのは、子どもにとって大変な負担になる、ということだ。日本語でさえ、何年も時間をかけて、やっと使えるようになる。それと同じレベルで英語を使えるようになるには、当然、かなりの努力が必要だ。やり方を間違えれば、日本語も英語も十分に使えない、という結果にもなりかねない。

　英語は世界中で使われるが、国や地域によってさまざまで、完全な英語があるわけではない。また、それが求められるわけでもない。★まずは日本語をしっかりと学び、その後、必要な知識や技術を得るための手段として英語を学べばいい、と考える親が多いようだ。

Vocabulary

- ☐ ランキング：ranking／排行榜／ thứ hạng
- ☐ 水泳：swimming／游泳／ bơi lội
  すいえい
- ☐ 触れる：touch; contact／接触／ chạm vào, đế cập tới
  ふ
- ☐ 見方：way of seeing／看法／ cách nhìn
  みかた
- ☐ 幼児：infant／幼儿／ trẻ nhỏ
  ようじ
- ☐ 脳：brain／脑／ não
  のう
- ☐ 急速に：rapidly／急速／ nhanh chóng
  きゅうそく

- ☐ 発達(する)：(to) develop／发达／ phát triển
  はったつ
- ☐ 吸収(する)：(to) absorb／吸收／ thẩm thấu
  きゅうしゅう
- ☐ 環境：environment／环境／ môi trường
  かんきょう
- ☐ 負担：burden／负担／ gánh nặng
  ふたん
- ☐ 知識：knowledge／知识／ kiến thức
  ちしき
- ☐ 技術：technology; technique／技术／ kĩ thuật
  ぎじゅつ
- ☐ 手段：method／手段／ cách thức
  しゅだん

🔑 〜に基づく
もと
Based on 〜／基于〜／Dựa vào 〜

E Indicates the basis of some kind of action or judgment

C 表示要进行什么作业或做什么判断时，以某物为基础而进行。

V Thể hiện ý nói lấy một sự việc, sự vật làm cơ sở khi thao tác hay nhận định việc nào đó.

EX1 試合は、国際ルールに基づいて行われます。
し あい　　こくさい　　　　　　　もと　　おこな
(The match will be conducted based on international rules.／比赛按国际规则进行。／Trận đấu được diễn ra dựa trên quy tắc quốc tế)

EX2 この売上予想は、去年のデータに基づいています。
うりあげ よ そう　　きょねん　　　　　　　もと
(These sales predictions are based on last year's data.／这个销售额的预测是根据去年的数据得出来的。／Ước tính doanh thu này dựa trên dữ liệu của năm ngoái)

🔑 〜向け
む
For 〜／面向／Dành cho 〜

E An expression that indicates the type of person or people that something is suited for.

C 表示某种事物适应什么样的人。

V Cách nói thể hiện một vật thích hợp cho người như thế nào.

EX1 これは女性向けの雑誌です。
じょせい む　　　ざっし
(This magazine is for women.／这个是面向女性的杂志。／Đây là tạp chí dành cho nữ giới)

EX2 このホテルは、旅行者向けのサイトで見つけました。
りょこうしゃ む　　　　　　　み
(I found this hotel on a website for travelers.／这个饭店是在针对旅游客人的网站上找到的。／Tôi tìm thấy khách sạn trên trang web dành cho khách du lịch.)

🔑 〜につれて
Along with 〜／随着〜／cùng với 〜／càng〜

E Indicates a change that accompanies another given change in a thing or condition.

C 表示某种事物及状态伴随着一定的变化也发生其他变化。

V Cách nói thể hiện cùng với sự thay đổi của sự việc, trạng thái thì sự việc khác cũng thay đổi theo.

EX1 暖かくなるにつれて、公園を訪れる人の数が増えている。
あたた　　　　　　　　　こうえん　おとず　ひと　かず　ふ
(Along with it getting warmer, the number of visitors to the park is increasing.／随着天气变暖，来公园的人也增加了。／Trời ấm hơn thì người đến công viên tăng lên.)

EX2 子供が成長するにつれて、家がせまく感じられるようになった。
こ ども　せいちょう　　　　　　　　いえ　　　　　かん
(Along with my child growing, it felt like the house got cramped.／随着孩子的成长，房子也感到小了。／Con cái càng lớn thì lại cảm thấy nhà chật đi.)

🔑 〜かねない
May possibly〜／可能会〜／có thể 〜

E Used when there is a fear that something bad will happen to indicate that it may occur.

C 用于表示担心不好的事情会发生或有其可能性。

V Cách nói sử dụng khi lo lắng một việc không hay sẽ xảy ra và thể hiện ý có khả năng xảy ra việc đó.

EX1 普通はそんなことしないけど、彼なら、やりかねない。
ふ つう　　　　　　　　　　かれ
(While people would not normally do that, he may possibly do it.／一般的人不会那样做，他的话真说不准。／Bình thường thì không ai làm thế nhưng anh ta thì có thể làm lắm.)

EX2 ちゃんと修理しておかないと、事故になりかねない。
しゅうり　　　　　　　じ こ
(If you don't properly repair it, it may be possibly cause an accident.／不好好修理也许会出事故。／Nếu không sửa cẩn thận thì có thể xảy ra tai nạn.)

🔍 Focus on the Structure

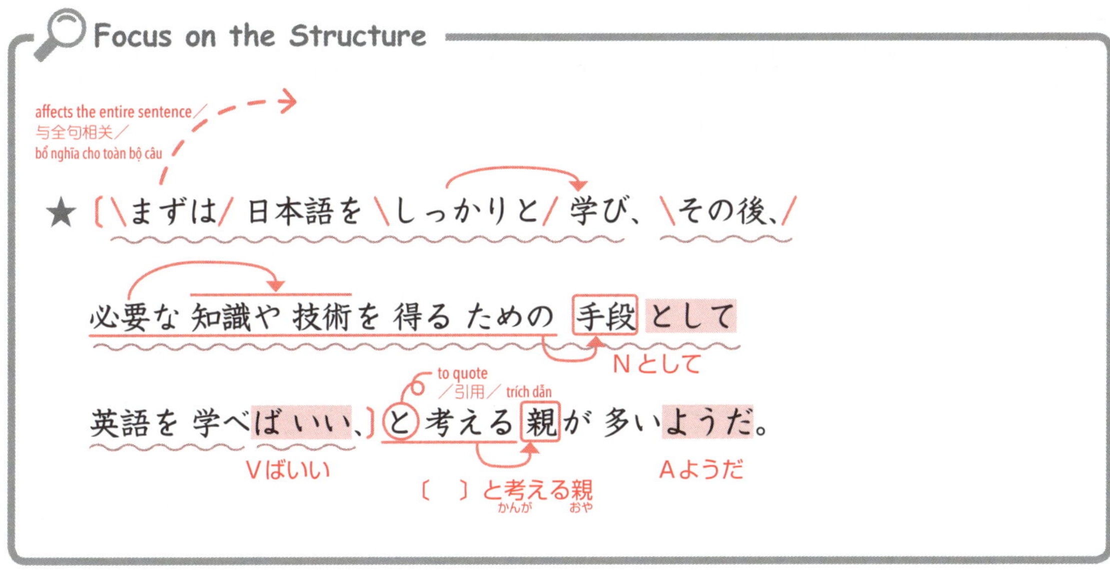

CHECK

Q1　何が意外でしたか。

Q2　それとは何ですか。

39 日々の生活から⑦〜平日の午後の時間

Daily Living ⑦ : Time on Weekday Afternoons ／日常生活⑦〜喜欢说的人
／ Từ cuộc sống hàng ngày ⑦〜 Thời gian buổi chiều ngày thường

Grammar Target
- 〜といえば
- 〜つつ
- 〜しか〜ない

　　クラシックのコンサートといえば、これまでは平日の夜あるいは土日の昼というのが一般的だった。★これは、サラリーマンが仕事を終えてから、あるいは休日の仕事のない時間にという、仕事をする人たちのために考えられたスケジュールであった。しかし、3年ほど前、古くからある有名なオーケストラが、平日の午後の時間にコンサートをする企画を始めた。結果は大成功だった。

　　コンサートは年に4回開かれ、いつも満席に近い。座席の多くを占めるのは、仕事に追われる生活から解放され、時間の余裕ができた高齢者たちだ。夫婦そろってという人たちや、友達と一緒にというグループなど、そこに集まる人たちは皆、とても楽しそうだ。

　　コンサートは、これまでの堅苦しいクラシックのコンサートのイメージとは少し違う。一流の指揮者を迎えて芸術性の高い音楽を求めつつ、楽しさも加わったものになっている。普通のコンサートでは、演奏の主役ともいえる指揮者はほとんど背中しか見えないが、このコンサートでは、指揮者が演奏の前にマイクを持って、これから演奏する曲についての話や自分が生活している外国の話などをしてくれる。そして、指揮者との心の距離が近くなったところで、演奏が始められる。

　　平日の午後というと、仕事や勉強をする人が多く、社会全体もそれらが中心になっている。しかし、高齢化社会になった今日、そうではない過ごし方をする人も増えている。「平日午後のコンサート」は一つの小さな例だが、日本の平日の午後の時間を、これまでより豊かにしてくれるものではないだろうか。

Vocabulary

- □ 平日 ： weekday／平日／ Ngày thường
- □ 一般的（な）： general／一般的／ Thông thường
- □ サラリーマン： salaryman／工薪族／ Nhân viên công ty (nam)
- □ スケジュール： schedule／日称安排／ Lịch trình
- □ オーケストラ： orchestra／交响乐／ Dàn nhạc
- □ 企画（する）： (to) plan／计划／ Lên kế hoạch
- □ 満席 ： full house／满座／ Kín chỗ
- □ 座席 ： seat／坐席／ Chỗ ngồi
- □ 占める： occupy／占／ Chiếm

- □ 追われる ： pursue／被追／ Bị đuổi, bị dồn ép (bởi lịch trình)
- □ 解放（する）： (to) free／解放／ Giải phóng
- □ 余裕 ： margin／多余／ Có sự ung dung, thong dong
- □ そろう： すべてある（いる）こと。
- □ 堅苦しい ： stiff; awkward／拘谨／ Cứng ngắc
- □ 一流 ： first-rate／一流／ Hạng nhất
- □ 指揮者 ： conductor／指挥者／ Chỉ huy dàn nhạc
- □ 主役 ： leading role／主角／ Vai chính
- □ 背中 ： back／后背／ Phía sau lưng

☐ 距離：distance／距离／Khoảng cách, cự ly
きょり

☐ 全体：overall／全体／Toàn thể
ぜんたい

☐ 中心：center／中心／Trung tâm
ちゅうしん

☐ 高齢化社会：aging society／高龄化社会／Xã hội già hóa
こうれい か しゃかい

☐ 例：example／例／Ví dụ
れい

🔑 ～といえば   Speaking of ～ ; When it comes to ～／说到～／Nói/Nhắc đến …

E An expression that takes a word brought up in the flow of conversation to discuss something related.

C 从话题中抽出某个词语，叙述与次相关的事情。

V Là cách nói đưa ra từ có trong mạch chuyện và nói về việc liên quan tới nó.

EX1 日本料理といえば、おすしや天ぷらが人気だ。
に ほんりょうり　　　　　　　　　　　　てん　　　　　にん き
(When it comes to Japanese food, sushi and tempura are popular.／说到日本料理，寿司啦天妇罗啦都比较受欢迎。／ Nói đến món ăn Nhật Bản thì sushi và tempura rất được yêu thích)

EX2 夏といえば、やっぱり海へ行きたくなる。
なつ　　　　　　　　　　　　うみ　い
(When it comes to the summer, it's hard to not want to go to the ocean.／说到夏天，还是想去海边。／ Nhắc đến mùa hè thì lại muốn đi biển.)

🔑 ～つつ   While ~ing／～的同时／Vừa ～ vừa ～

E 「つつ」 is used to express two or more things occurring simultaneously, but as in this case, it also means "additionally."

C 同时发生两件以上的事使用「つつ」，也有表示「除此之外」的追加意思。

V Sử dụng 「つつ」 để biểu thị việc hai hành động xảy ra đồng thời. cũng có thể thêm ý nghĩa "Ngoài ra" như trường hợp này.

EX1 伝統を守りつつ、新しいものを作っていきたい。
でんとう　まも　　　　　　あたら　　　　　　　つく
(I would like to create new things while protecting tradition.／既要保留传统，又要创新。／ Tôi muốn vừa bảo vệ truyền thống vừa tạo ra những sản phẩm mới.)

EX2 この小説は、社会の変化を描きつつ、変わらない人間の姿を表現している。
しょうせつ　　しゃかい　へん か　えが　　　　　　か　　　　にんげん　すがた　ひょうげん
(This novel expresses the unchanging form of mankind while depicting change in society.／这篇小说在描述社会变化的同时，又描绘出没有变化的人的形象。／ Cuốn tiểu thuyết này vừa mô tả những biến đổi của xã hội vừa thể hiện hình ảnh không thay đổi của con người.)

🔑 ～しか～ない   Can only ～／只有～オ～／Chỉ～ thôi

E An emphasized expression to say "only this" in a negative form.

C 用否定形来表示「就是～」，表示强调。

V Biểu hiện bằng thể phụ định để nhấn mạnh hơn ý "Chỉ có điều đó thôi."

EX1 作品を通してしか、彼のことを知ることができない。
さくひん　とお　　　　　かれ　　　　　し
(You can only know of him through his work.／只有通过作品才能了解他。／ Tôi chỉ có thể biết về anh ấy thông qua tác phẩm.)

EX2 時間もないし、彼に頼むしか方法がない。
じ かん　　　　　　かれ　たの　　　ほうほう
(We don't have any time, the only way is to ask him.／又没有时间，只好求他。／ Vì chẳng có thời gian nên chỉ còn cách nhờ anh ấy.)

🔍 Focus on the Structure

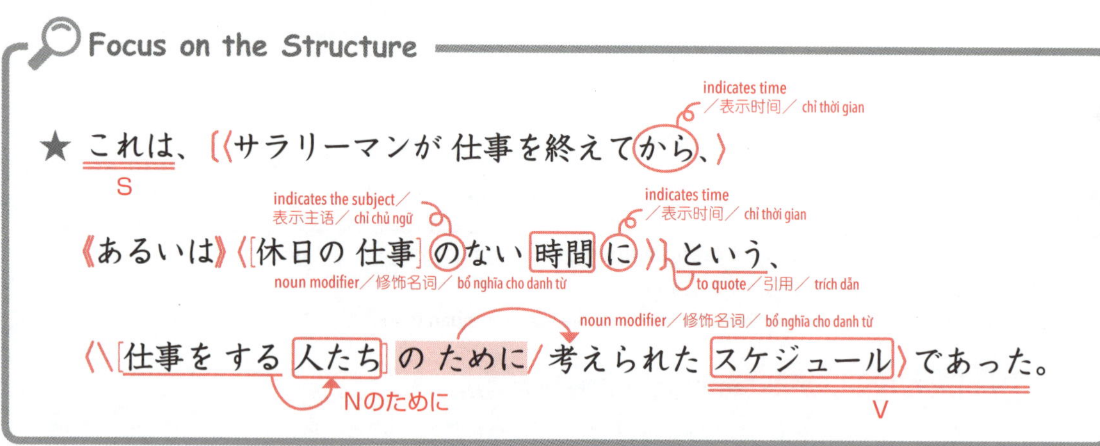

Q1　このコンサートの客にはどんな特徴がありますか。

Q2　そうとは何ですか。

Lesson 40 日本の文化②〜地方のお祭り

Japanese Culture ② : Local Festivals ／日本的文化②〜地方的"お祭り"
／ Văn hóa Nhật Bản ② 〜 Lễ hội địa phương

Grammar Target
- 〜としたら
- 〜にわたって
- 〜ものがある

「くんち」という言葉をご存じでしょうか。これは祭りという意味で、主に九州の北部で使われている言葉です。昔、秋の収穫祭が9月9日に行われたことから、「くにち」が変化して「くんち」となったという説と、神社に供え物をする日を「供日（くにち）」と呼んだことから、という説があります。ここでは、「日本三大くんち」と言われているうちの一つ、「唐津くんち」をご紹介します。

「唐津くんち」は佐賀県唐津市にある唐津神社の祭りで、毎年11月の初めに行われます。「唐津くんち」と言えば、有名なのが曳山です。その美しさや力強さは大変ユニークで、海外からも注目されています。ユネスコの無形文化遺産にも登録され、これを見に訪れる観光客も増えています。

曳山は、重ねた和紙に漆を塗って作ったもので、唐津市の14の町がそれぞれ1つずつ持っています。200年前に作られたものもあり、それを今作るとしたら1〜2億円かかる豪華なものです。この曳山は、3日間にわたって行われる祭りの間、どの日に見てもそれぞれ魅力がありますが、一番の見どころは、2日目の「御旅所神幸」といわれるものです。神社から出発した曳山が町を回り、神が現れた地と言われる西の海岸に集まって、儀式を行います。重さが2トン以上あると言われる曳山の車輪は、海岸の砂の上を簡単には動きません。それを「エンヤエンヤ！　ヨイサヨイサ！」と声をかけ合い、みんなで力を合わせて引く姿は、観客の心に響くものがあります。★3日間という限られた期間ですが、長年伝えられてきた伝統文化に触れることができる、一見の価値がある行事です。

* 供え物：神や仏、先祖の前に置く食べ物や花など。
* 説：ある事柄についてのその人の考えや意見。
* 曳山：想像上の生き物やかぶと（武士が頭を守るためにかぶるもの）などを巨大な大きさで作ったもの。神社や寺に置かれるが、祭りの時、大勢で持ち、町を回る。
* ユネスコ：UNESCO。教育・科学・文化での国際協力と世界平和をめざして活動している。
* 漆：表面がきれいになるように、また、状態が悪くならないように、家具や食器などにぬるもの。

Vocabulary

□ 収穫(する)：harvest／收获／thu hoạch

□ ユニーク(な)：unique／幽默／độc đáo, đặc sắc

□ 注目(する)：notice／注目／chú ý, quan tâm

□ 文化：culture／文化／văn hóa

□ 遺産（いさん）：asset／遗产／di sản
□ 登録（する）（とうろく）：register／登录／đăng kí
□ 重ねる（かさ）：pile／重叠／chồng chất
□ 和紙（わし）：日本で昔からの方法で作られる紙。（にほん　むかし　ほうほう　つく　かみ）
□ 塗る（ぬ）：paint／涂／sơn, quét
□ 豪華（な）（ごうか）：magnificent／豪华／thịnh soạn, hào nhoáng, xa xỉ

□ 魅力（みりょく）：charm／魅力／sức hút
□ 見どころ（み）：見るべきところ。
□ 儀式（ぎしき）：ceremony／仪式／nghi thức
□ 車輪（しゃりん）：wheel／车轮／bánh xe
□ 響く（ひび）：reverberate／响／âm vang, vang vọng
□ 一見（いっけん）：一回見ること。（いっかい み）

🔑 ～としたら　If~／如果～／Nếu～

E An expression of supposition. While it means the same thing as 「～とすれば」, it is more conversational.

C 是假设的表现。与「～とすれば」意思相同，更多用于会话中。

V Là cách nói giả định. Ý nghĩa giống với 「～とすれば」 nhưng dùng trong văn nói nhiều hơn.

EX1 この中から一つ選ぶとしたら、一番右のがいい。
（なか　ひと　えら　　　　　　　　いちばんみぎ）
(If I had to pick one from among these, I would say the rightmost one.／如果从中选一个的话，还是最右边的好。／ Nếu chọn một trong số này thì tôi thích cái ở góc bên phải.)

EX2 今日で世界が終わるとしたら、最後にステーキを食べるだろう。
（きょう　せかい　お　　　　　　　　さいご　　　　　　　た）
(If the world was ending tomorrow, a steak would probably be the last thing I eat.／如果今天就是世界的末日的话，最想吃的就是牛排吧。／ Nếu hôm nay là ngày tận thế thì chắc tôi sẽ ăn món thịt bò bít tết.)

🔑 ～にわたって　For～; Across～／经过～／Trải qua～, suốt～

E An expression used to indicate the range of a place or time regarding a given matter.

C 表示某事所涉及的时间及场所的范围。

V Là cách nói thể hiện phạm vi thời gian và không gian của sự việc.

EX1 父は20年にわたってこの研究をしている。
（ちち　　　ねん　　　　　　　　　けんきゅう）
(My father has been doing this research for 20 years.／父亲用了20年时间一直在从事这个研究。／ Bố tôi thực hiện nghiên cứu này suốt 20 năm.)

EX2 事故のため、10キロにわたって渋滞している。
（じこ　　　　　　　　　　　　　　じゅうたい）
(Because of an accident, traffic is congested for ten kilometers.／因为交通事故，堵车达10公里。／ Do tai nạn nên đường bị tắc suốt 10 km.)

🔑 ～ものがある　Is a～thing／有～／Cảm thấy/có một chút～

E Indicates that something can be felt in a given way.

C 表示有那样的感觉。

V Là cách nói thể hiện ý nghĩa cảm thấy như thế.

EX1 長く住んだ町を離れるのは、さびしいものがある。
（なが　す　　　まち　はな）
(Leaving a town you have lived in for a long time is a sad thing.／离开长年住的地方，有种伤感。／ Phải xa thành phố sống bấy lâu nay tôi có một chút buồn.)

EX2 給料が上がらない中、部屋代の値上げは厳しいものがある。
（きゅうりょう　あ　　　　なか　へやだい　ね あ　　　　きび）
(It is difficult to raise room prices while salaries are not rising.／在不涨工资的情况下提高房租的价格有些难以接受（有些困难）。／ Thật khổ vì mặc dù tiền lương không được tăng nhưng tiền thuê phòng lại tăng lên.)

🔍 Focus on the Structure

★〔〈３日間という 限られた 期間〉ですが、〕
　　　　Nという

　{〈［長年／ 伝えられてきた 伝統文化］に 触れる こと〉が できる、}
　　　　　Ｖてくる

　〈［一見の 価値］が ある 行事〉です。

CHECK

Q1 唐津くんちとは何の名前ですか。

　　a．神社　　　　　　b，祭り

Q2 エンヤエンヤとは何の言葉ですか。

ふくしゅう　§4 (Lesson 31-40)

Ⅰ つぎの❶〜❻の＿＿＿＿に合うものをa〜gの中からえらんで、文をつくりましょう。

Choose what best goes in blanks ❶〜❻ from a〜g to create a sentence.
请从a〜g中选择适合下面❶〜❻的 ＿＿ 进行造句。
Chọn một từ hoặc một cụm từ trong a〜 g để điền vào chỗ ＿＿ trong câu ❶〜❻ và hoàn thành câu.

❶ この一年の間に ＿＿＿＿＿＿＿＿＿＿＿＿＿＿＿＿＿＿＿。

❷ 彼ならやりかねないと ＿＿＿＿＿＿＿＿＿＿＿＿＿＿＿＿＿。

❸ いくら呼んでも ＿＿＿＿＿＿＿＿＿＿＿＿＿＿＿＿＿＿。

❹ 会社が大きくなるにつれて ＿＿＿＿＿＿＿＿＿＿＿＿＿＿＿。

❺ 北海道といえば ＿＿＿＿＿＿＿＿＿＿＿＿＿＿＿＿＿＿。

❻ 参加者がたった20人というのは ＿＿＿＿＿＿＿＿＿＿＿＿＿＿。

a．誰も出てこなかった　　　　　　b．悲しいものがある

c．彼もだいぶ上手になった気がする　　d．「さっぽろ雪まつり」が有名です

e．心配していたんです　　　　　　f．人間関係の問題も増える傾向がある

g．登山をするには一番いい季節です

Ⅱ （　　）の中に入れることばをa〜dからえらびましょう。

Choose words to put in (　　) from a〜d.
请从 a〜d中选择正确的词语填入（　　）内。
Chọn một từ hoặc một cụm từ trong a〜d để điền vào chỗ（　　）.

❶ 私たちは10年（　　　　）この活動を続けてきました。

a　に比べて　　　　b　につれて　　　　c　に基づいて　　　　d　にわたって

❷ 彼女は雑誌のモデルになったの（　　　　）、映画に出るようになった。

  a　につれて　　　　　b　に比べて　　　　　c　をきっかけに　　　d　を中心に

❸ 子ども（　　　　）歴史の本だけど、結構おもしろい。

  a　向けの　　　　　　b　に向かう　　　　　c　の傾向の　　　　　d　を傾向とする

❹ 行ける（　　　　）、何日が都合がいいですか。

  a　といいつつ　　　　b　というと　　　　　c　といえば　　　　　d　としたら

❺ うれしい（　　　　）、みんなで手伝いに来てくれたんです。

  a　ことに　　　　　　b　ことから　　　　　c　ことでは　　　　　d　ことは

Ⅲ つぎの❶〜❺の＿＿＿＿に合うものをａ〜ｆの中からえらんで、文をつくりましょう。

Choose what matches the following ＿＿ marks ❶〜❺ from ａ〜ｆ to create a sentence.
请从ａ〜ｆ中选择适合下面❶〜❺的 ＿＿ 进行造句。
Chọn một cụm từ trong ａ〜ｆ để điền vào chỗ ＿＿ trong câu ❶〜❺ và hoàn thành câu.

❶ ＿＿＿＿＿＿＿＿＿＿＿＿＿＿　だんだん味が濃くなっていきます。

❷ ＿＿＿＿＿＿＿＿＿＿＿＿＿＿　彼女は感情的になる傾向がある。

❸ ＿＿＿＿＿＿＿＿＿＿＿＿＿＿　タクシーで行くしか方法がない。

❹ ＿＿＿＿＿＿＿＿＿＿＿＿＿＿　彼の表情が変わった。

❺ ＿＿＿＿＿＿＿＿＿＿＿＿＿＿　工事が行われる。

ａ．その名前を聞いたとたん　　　　　ｂ．市の計画に基づいて
ｃ．この話題になると　　　　　　　　ｄ．大学で勉強しつつ
ｅ．電車もバスもないので、　　　　　ｆ．時間がたつにつれて

モデル文章の訳
ぶんしょう　やく

Model Sentence Translations
模式文章的翻译
Phần dịch của đoạn văn mẫu

Lesson 31

E October 31 is Halloween. ★ While it used to be something from overseas, unrelated to Japan, various related events now take place around this day. There seem to be a number of background reasons why Halloween entered Japan. For example, a famous amusement park began holding a Halloween event, an increasing number of people who study English from the time they are children, learning about it from American and European culture, and so on.

Halloween was originally a religious event where people gave thanks in the fall for their crops, and to make sure that demons do not come. This turned into various different shapes based on the country and region, and in countries such as America, children dress up and say "trick or treat" as they visit neighboring homes and receive candy.

Halloween in Japan brings to mind an image of young people dressed as monsters, popular characters, and famous people gathering in large groups in the streets on Halloween night. While you may think that this is similar to the parades you may see held in cities overseas, the gathered people will do things like cause a ruckus and throw trash here and there, creating problems. It could be that in Japan, Halloween is seen as "a day when you dress up." In other words, a day when you can express yourself in a way different from your normal self. Indeed, if such a day existed, one may want to take advantage of it.

It is a good thing to incorporate foreign culture. However, it is dull to only focus one's interest on those parts that are seen as necessary. Wouldn't this new culture become a deeper thing by thoroughly knowing and learning about its original meanings and goals?

C 10 月 31 号是万圣节，★以前跟日本无缘，完全是国外的节日，可是最近在 31 号那天，开始举行各种活动了。万圣节传入日本好像有几个背景。主要是是开始在有名的游乐园搞万圣节活动，还有从小开始学英语的人增多，对美国及欧洲的文化更了解了等等。

万圣节原本是一个宗教活动，目的是对秋收的感恩，防止恶魔缠身。根据国家和地区形式也千差万别。在美国孩子们化妆成魔鬼，一边喊着「trick or treat」一边去街坊邻居家要糖果点心。

在日本一提到万圣节，大家的印象便是在万圣节夜里，年轻人化妆成魔鬼、流行的漫画中的登场人物、名人等，聚集在大街的样子。那可能是模仿海外都市人们在街头游行的场面吧。可是聚集的喧闹及到处扔垃圾也成了一个问题。日本万圣节也许被认为就是「化妆的日子」吧。也就是说可以表现一下与平时不同的自己。的确如果有那样的日子的话，也许大家都想试试吧。

吸取外来文化是一件好事。可是，只是关注一部分是无聊的，应该了解原有的意思及目的，通过学习，使新的文化也具有更深刻的意义。

V Ngày 31/10 là ngày Halloween. ★ Ngày xưa từng là chuyện của nước ngoài không liên quan tới Nhật nhưng gần đây có nhiều sự kiện liên quan tới ngày này được tổ chức. Halloween vào Nhật có vài lí do. Chẳng hạn như công viên nổi tiếng bắt đầu có sự kiện Halloween, người học tiếng Anh từ nhỏ tăng lên, văn hóa Mỹ và Châu Âu được biết đến nhiều hơn trước v.v...

Halloween vốn là lễ hội mang tính tôn giáo, để cảm tạ vụ thu hoạch mùa thu và để ma quỷ không đến gần. Mỗi quốc gia hay vùng miền lại có cách làm khác nhau, tại Mỹ trẻ con hóa trang, nói "trick or treat" rồi đến nhà hàng xóm để nhận kẹo.

Khi nhắc tới Halloween tại Nhật Bản chúng ta thường liên tưởng tới hình ảnh thanh niên hóa trang thành ma quỷ, những nhân vật nổi tiếng hay người nổi tiếng tập trung đông đúc trên phố. Người ta nghĩ rằng đó là bắt chước diễu hành được tổ chức ở những thành phố của nước ngoài nhưng những người tự tập ở đó gây ồn ào và xả rác bừa bãi mới đáng nói. Có lẽ Halloween ở Nhật được coi là "ngày hóa trang". Nói cách khác là ngày có thể thể hiện mình khác ngày thường. Đúng là nếu có ngày như thế thì chắc ai cũng muốn tận dụng.

Du nhập văn hóa ngoại lai là điều tốt. Tuy nhiên nếu chỉ hướng chú ý tới phần cần thiết thì lại thành nhàm chán. Cần phải biết rõ và học hỏi ý nghĩa vốn có, mục đích để văn hóa mới trở nên sâu sắc hơn.

Lesson 32

E Whenever I look at the albums that take up about a third of my bookshelves, I think that I need to do something about them. ★ As soon as I begin looking at the albums, trying to sort through the photos that I don't need, I become engrossed with the pictures. I am filled with nostalgia, thinking about how that happened and this happened, and in the end, I finish having been unable to tidy up a single one.

I bought a digital photo frame and scanner this year, thinking that this is not good. My thought was to digitalize my photos. First, I began with my pet photos, which I had the most of. The work proceeded at a better pace than I thought, and I put 4 albums into a USB and was able to enjoy them on the photo frame. I was able to open four albums' worth of space on my bookshelf, too.

However, things do not proceed as well with photos from when I was young, valuable photos where I appear with my family, and other such memorable photos. With old photos, I sometimes do not know where they were taken or who everyone in the photograph is. In these cases, I feel anxious about throwing them away. I cannot think, "I can just take these again."

What puts the brakes my move from the analog age to the digital age is the fear of the photos I am seeing disappearing. Even if I know that they will someday no longer be needed, there is a feeling of security in knowing that there is a thing that I can see that exists, and that I can take it in my hands at any time to see it. Meanwhile, even if I do put photos in a USB, I will never be able to see them again if I lose that USB. This fear will sometimes stop me from doing digitalization work.

C 书架的三分之一被相册所占领，每当看到时都觉得应该想办法整理一下，于是便开始整理一些不要的照片。★可是在打开相册那一瞬间，便投入到相片中了。啊！那时侯是那样啊！心里充满了对往事的怀念。结果一张也没整理出来就结束了。

不能就这样，今年我买了一个数码相机相框和扫描仪，想把照片都弄成数码化。先从数量最多的宠物相册开始了，作业比想像的要顺利得多，将四个相册装到 USB 里，可以在"数码相框"里观看。于是书架上四个相册的地方便腾出来了。

可是，小时候的照片及跟家人一起照的贵重的照片、有回忆的照片却很难进展。旧照片中也有不知道什么时候在哪儿照的及照片中的人都是谁。这种情况觉得把照片扔掉有些不安，因为不能「再重新照了」。

从模拟时代进入数码时代的那一刹那，让人感到原本能看到的东西不见了，有种不安的感觉。虽然知道这些照片早晚会不需要的，但是，现在它存在着，随时都可以拿来看看，这种感觉让人安心。即使把照片放到 USB 里，可是万一 USB 丢了，就再也看不到了。这种不安，常常让我停止手中的作业。

V Mỗi lần xem album ảnh chiếm 1/3 giá sách tôi lại nghĩ phải làm gì đó. ★ Khi xem album để sắp xếp lại ảnh không cần thiết thì tôi lại chìm đắm với những bức ảnh. Có kỉ niệm này, kỉ niệm kia khiến tôi nhớ vô cùng, kết cục chẳng sắp xếp được cái ảnh nào mà lai cất đi.

Thấy như thế không ổn nên năm nay tôi mua khung ảnh điện tử và máy scan. Tôi định sẽ số hóa ảnh của mình. Trước tiên tôi bắt đầu từ ảnh có số lượng nhiều nhất là ảnh thú cưng. Công việc diễn ra nhanh hơn tôi nghĩ, tôi cho 4 quyển album vào USB nên có thể thưởng thức bằng khung ảnh điện tử. Tôi đã tạo ra được chỗ trống của 4 quyển album trên giá sách.

Thế nhưng tới những bức ảnh lúc nhỏ, ảnh quý chụp cùng gia đình hay ảnh kỉ niệm thì lại không tiến triển.

Lesson 33

E I make it part of my daily routine to walk my dog twice a day, morning and night. Fortunately, my dog hates getting its legs wet, and so I have rainy days off. Aside from that, I go no matter the heat, cold, or how tired I am.

When I walk my dog, I can easily feel the changes in the seasons. In the spring, I can see the days as the cherry blossoms slowly flower, while in the autumn, I can enjoy the smell of the fragrant-olive trees as I pass by them. The sight by my feet changes with the seasons as well. During the hot days of summer, I try not to step on the bugs on the ground, while on cold days, I walk while crunching a carpet of fallen leaves.

In truth, I quite often look toward my feet when I walk. This because I need to be careful that my dog does not put anything strange into its mouth. ★ While there may be nuts and fruits from trees on the ground, there are many other things such as pieces of food and snack wrappers that people have thrown out, and something terrible could happen if my dog unthinkingly puts something odd into its mouth. Perhaps because of this, I also often pick up things that people leave behind. Frequent items include wallets and pouches, cards used for work or school commutes, student and employee IDs, keys, and so on. When I find these items, I'm half troubled, thinking, "I found another one." This is because it is indeed troubling. Is it better to just leave them there, or should I deliver them to a police box or the like? I wonder, but in most cases, I deliver them. Their owners could be frantically searching for them and troubling themselves over them—when I think about this, it makes me want to deliver the items. And so I go to a nearby police box.

There I write my address and name on documents, but among the questions is one that says, "would you like to receive a token of gratitude." While someone who picks up an item has the right to receive a token of gratitude worth about a tenth of the item, I always choose NO. This is because I feel that all I need is thanks. However, I may waver somewhat if I found hundreds of thousands of yen inside of a wallet.

◉ 我把一天早晚两次带狗散步作为一天的日程。幸运的是我家的狗不喜欢脚被弄湿，所以下雨天可以不去。除此之外，无论外面多么热多么冷，还有无论多么累都要带狗散步。

带狗散步能感受到季节的变化。春天可以观察樱花渐渐开放，秋天从桂花树下经过时可以享受到桂花的芳香。走路的感觉也根据季节而不同。夏天热的时候注意不要踩到路面的虫子，冬天寒冷的时候听着走在如地毯的落叶上发出的声响。

实际上散步的时候，相当一部分的注意视线在脚上。狗有没有吃什么不好的东西，必须得注意到。★地上即有落下的果实，又有食物和人扔的装点心的袋子等各种东西，如果不注意将不好的东西吃进嘴里，会非常麻烦。所以也常常捡人们掉的东西。钱包、小口袋、上班及上学使用的卡儿、学生证及工作证还有钥匙等。每次发现这些东西，不由得在心里说「又捡到这样的东西了」，一半有种困惑的感觉。有时觉得很麻烦，不知道该放在那里不管好，还是交到派出所好，非常犹豫，可是一般还是送到派出所去了。一想到失主一定在拼命地找，说不定正为之发愁时，就想送去，于是就拿到附近的派出所。在派出所填上住所姓名等，可是里面有「是否接受谢礼」一项，拾主可以得到10%左右的答谢礼金的权利。每次被问时我都说 NO，只是「得到对方的谢意就行」。可是，钱包里要是有几十万的话，也许真会有点儿犹豫。

Ⓥ Tôi ngày nào cũng đi dạo với chó một ngày hai lần sáng và tối. May là con chó của tôi rất ghét bị ướt chân nên ngày mưa thì nghỉ. Còn lại dù nóng hay lạnh hay mệt thế nào thì cũng vẫn đi.

Khi đi dạo với chó tôi thấy cảm nhận sự thay đổi thời tiết rõ hơn. Mùa xuân hàng ngày tôi xem hoa anh đào nở từng chút một, mùa thu thì mỗi lần đi ngang qua cây hoa mộc lại được thưởng thức mùi hương của nó. Bước chân cũng thay đổi theo mùa. Ngày hè nóng bức phải đi sao cho không giẫm vào sâu trên mặt đất, ngày đông lạnh thì bước chân trên thảm lá rơi nghe lạo xạo.

Thực tế khi đi bộ, đa phần mắt nhìn xuống chân. Vì phải chú ý xem chó có ăn gì lạ vào miệng không. ★ Dưới mặt đất có rất nhiều thứ như hạt cây, có vụn thức ăn, túi bánh kẹo mà con người thải ra nếu nhỡ ăn phải thì gay. Tại thế hay sao mà tôi cũng hay nhặt những đồ con người đánh rơi. Chủ yếu là ví, túi nhỏ, thẻ đi tàu, thẻ học sinh, thẻ nhân viên hay chìa khóa v.v… Mỗi lần nhặt được tôi lại thấy hơi phiền kiểu "Lại nhặt được này". Quả là rất phiền phức. Tôi phân vân không biết nên cứ mặc thế hay nộp cho đồn cảnh sát nhưng hầu hết là tôi mang nộp. Vì nghĩ người đánh rơi đang hết hơi đi tìm hay gặp rắc rối nên tôi lại muốn mang nộp. Thế là tôi mang đến đồn cảnh sát gần đó.

Tại đó tôi viết tên và địa chỉ vào hồ sơ, trong đó có câu hỏi: "có muốn nhận cám ơn không?". Nghe nói tôi có quyền nhận khoảng 10% từ người đánh rơi. Tôi lúc nào cũng chọn NO. Vì tôi nghĩ "chỉ cần họ cám ơn mình là đủ". Thế nhưng nếu trong ví là tiền khoảng vài chục vạn yên thì chắc tôi cũng hơi băn khoăn đấy.

Lesson ㉞

Ⓔ In recent years, the whole country has been effort into tourism, and visitors to Japan from places around the world have also been increasing. It isn't as though most of these are through group tours as they were before, as it seems that the number of individuals or friends who are visiting individually is significantly increasing. Many of them have a specific reason of coming to Japan, saying that "I want to do XYZ" in Japan, so they are having experiential trips to Japan.

The things that these experiential foreign visitors want to do are varied, such as learn traditional Japanese cultures such as judo, aikido, and bonsai, going around localities on motorcycles or cars, wearing kimonos, and so on. Additionally, while many people visit Japan for travel, it is absolutely not as if they are going to general tourist sites. They go to locations that Japanese people have previously not considered to be tourist sites. Japanese find this questionable, and when they ask their reasons for visiting these spots, they generally answer, "It was written about on the Internet." And indeed, these are attractive spots.

What I find interesting about these kinds of "experiential" visitors or those "visiting locations that they found themselves" is that they discover on their own "Japanese-ish things" that Japanese people had not noticed before and spread them to the world through the Internet. ★ As we live our daily lives within Japanese culture, "Japanese-ish" things seem obvious, and it is easy for us to forget about their existence. However, foreigners who have an interest in Japan can see them well, and we notice them through their eyes and learn about their value. It feels to me as though many Fenollosas, the man who visited Japan during the Meiji Period when Japan was opened, are now coming to contemporary Japan.

C 近年全国都在致力于观光事业，从世界各地来日本的人在增加。不是像以前几乎都是团体游客，而是个人或几个朋友一起的个人旅行好像增加了不少。他们多数是「想在日本干〇〇」，有来日的目的，是"体验型"的日本旅行。
"体验型"的外国人想在日本做的是学习柔道、合气道、盆栽等日本传统文化，有的骑摩托车、自行车去观光，有的买和服等等，各种各样。还有，虽然以旅行为目的来日的人很多，但是他们去的地方并不是一般的观光地，而是去日本人至今为止没有将那些地方列入观光景点的地方。日本人觉得不可思议，为什么去那些地方？询问其理由时，大多的回答是「在网上有介绍」。的确那些地方确实有魅力。
对这些「体验型」及「去自己发现的地方」的外国游客感到有趣的是，是他们发现了日本人没有意识到的「日本的东西」，并将那些"东西"通过网络向世界传播。★我们生活在日本文化中，所以对「日本的东西」觉得是理所当然的，甚至忘记了它的存在。可是，对日本有兴趣的外国人，他们能认真地观察，我们是通过他们的眼睛发现并了解它的价值所在。开国的明治时代来日本的美国人费诺罗萨曾觉察到将有大量的人来到现代的日本。

V Mấy năm gần đây cả nước dồn sức cho du lịch nên người đến Nhật Bản từ khắp thế giới đang tăng lên. Không còn chỉ toàn đoàn du lịch như trước đây nữa mà khách du lịch cá nhân như đi một mình hay cùng bạn bè tăng lên khá nhiều. Hầu hết họ đều có mục đích cụ thể "muốn làm ~ tại Nhật", được gọi là du lịch Nhật Bản kiểu trải nghiệm.

Người nước ngoài muốn thử trải nghiệm tại Nhật rất đa dạng như học về văn hóa Nhật như Jyudo, Aikido, Bondai, đi thăm quan địa phương bằng xe máy, xe đạp hay mua Kimono. Ngoài ra cũng nhiều người đến Nhật với mục đích du lịch nhưng nơi họ đến không phải địa danh du lịch thông thường. Họ tới những địa điểm mà người Nhật từ trước tới giờ chưa từng coi đó là điểm du lịch. Người Nhật lấy làm lạ và hỏi lí do vì sao họ lại tới những nơi như thế thì họ trả lời rằng: "Được giới thiệu trên internet". Và những nơi đó quả thực là những nơi rất lôi cuốn.

Điều đáng quan tâm về "du lịch trải nghiệm" hay " "đến nơi mình tìm thấy" của khách du lịch người nước ngoài họ tìm thấy những "thứ rất Nhật Bản" mà người Nhật không nhận ra và quảng bá đi khắp thế giới qua mạng internet. ★ Chúng ta thường ngày sống trong văn hóa Nhật Bản nên những "thứ rất Nhật Bản" lại là điều tất nhiên và quên đi mất sự tồn tại của chúng. Nhưng người nước ngoài đã thấy rõ được điều đó, chúng ta lại qua con mắt của họ, nhận thấy và biết về giá trị đó. Tôi có cảm giác như ông Fenollosa người Mỹ đã tới Nhật vào thời kì Minh Trị mở cửa đất nước lại đang ồ ạt tới nước Nhật thời hiện đại.

Lesson ㉟

E I was born in the 40s in the Meiji period in Hamamatsu. At the time, Japan was assertively incorporating Western culture, and even regular people began started enjoying performances by the Western instrument known as the violin. My master enjoyed ensembles between the violin and the koto, as played by his wife. However, his wife died shortly, and my master put me inside a closet. ★ After he got a new wife, he never took me out of the closet, perhaps in consideration of his new wife.

In his later years, my master began living in his eldest son's home, but even there I remained in the closet. After my master died, his son spoke about his memories of "your grandfather's violin," but he never showed it to them.

When my master's son died in 1997, his daughter, cleaning up her father's belongings, discovered me. His daughter seems to have remembered the stories about "her grandfather's violin." She brought me to a violin workshop and had them repair me. And then, I was able to make sounds for the first time in 90 years. The daughter began learning the violin as a result of this, but she bought a new violin, wanting a more beautiful sound. As this happened, I was hanged on the wall of the daughter's rom. I was mass produced in the Meiji Period, and I was not a luxury item.

Twenty years from then, the daughter's niece then began to learn the violin, and I was sent to this niece's home. Having spent most of each of the Meiji, Taisho, Showa, and Heisei periods in a closet, now that I am able to make sounds once more, I have fond memories of the performances my old master and his wife put on together.

C "我"是明治 40 年出生在日本的滨松的。当时正是日本积极地吸取西洋文化，一般的人也能享受西洋乐器小提琴的演奏。"我"的主人喜欢拉小提琴跟弹古筝的夫人合奏。可是，不久他的夫人因病去世了，于是主任就把"我"放到了壁橱里。★新夫人到来后，主人可能在意新夫人吧，没有把"我"从壁橱里拿出来。
主人晚年跟最大的儿子住在了一起，可是在那里也还是把"我"放进壁橱里。主人去世后，他的儿子对孩子们说起过你 9 爷爷的小提琴」，可是没有把小提琴拿出来给他们看。

主人的儿子死后,1997 年收拾父亲遗物的女儿发现了"我",他女儿好像想起了父亲说过的「爷爷的小提琴」的话,把"我"拿到小提琴工坊请人修理一下。于是，时隔 90 年，"我"终于发出声音来了。从此，那个女儿开始学小提琴了。可是，她说想要个声音更好的,便买了把新提琴。于是,我就被挂在那个女儿房间的墙壁上了。明治时代被大量生产出来的"我",不是高级品。

20 年后，那个女儿的侄女要学小提琴，就把"我"送到她侄女家了。几乎在壁橱里度过明治、大正、昭和、平成这几个年代的"我"，终于又能发出声音了。即使是现在，"我"还是怀念从前主人与夫人两人愉快的演奏。

Ⓥ Tôi sinh vào những năm 40 thời Minh Trị tại Hamamatsu. Lúc ấy, Nhật Bản đang tích cực tiếp thu văn hóa phương tây, người bình thường cũng thưởng thức biểu diễn nhạc cụ phương tây có tên Violin. Ông chủ của tôi rất thích hợp xướng violin và đàn koto do bà chủ đánh. Nhưng chẳng bao lâu thì bà chủ mất, ông chủ đã cất tôi vào tủ. ★ Sau khi bà chủ mới về, chắc ông chủ e dè bà chủ mới nên không đưa tôi ra khỏi tủ.

Cuối đời ông chủ sống ở nhà của anh con trai trưởng. Ở đó tôi cũng bị cất trong tủ. Sau khi ông chủ tôi mất, anh con trai có kể chuyện cho con nghe về kỉ niệm "cây đàn violin của ông" nhưng lại không cho bọn trẻ xem cây đàn.

Năm 1977 khi anh con trai mất, tôi đã được cô con gái phát hiện khi sắp xếp lại đồ của cha. Có vẻ cô ấy nhớ ra câu chuyện "cây đàn violin của ông". Tôi được đưa tới xưởng violin để sửa chữa. Sau 90 năm tôi lại được phát ra âm thanh. Nhân dịp đó cô con gái bắt đầu học violin nhưng cô ấy muốn có âm thanh hay hơn nên đã mua cây đàn mới. Cùng lúc đó là tôi được treo lên tường ở phòng cô con gái. Cây đàn được sản xuất hàng loạt như tôi vào thời Minh Trị không phải thứ cao cấp gì cả.

Sau đó 20 năm, cháu gái của cô con gái bắt đầu học violin thì tôi được chuyển tới nhà cô cháu gái. Trải qua thời Minh Trị, Chiêu Hòa, Bình Thành mà hầu như chỉ nằm trong tủ giờ tôi lại được phát ra âm thanh, tôi nhớ đến những lần biểu diễn vui nhộn bởi ông chủ và bà chủ tôi ngày xưa.

Lesson 36

Ⓔ My aunt loves talking. Her home is close to mine, so I have a number of opportunities each year to visit her home, but every time I go, she is sure to talk to me, and everyone there, including me, ends up hearing it. My aunt is active and has many friends, and she has a wealth of topics. That is why her stories are fairly interesting. However, there are a number of troubling points.

One is how occasionally, someone unknown will suddenly appear. For example–

"After that, Ishikawa-san checked her bags at the front desk and went off somewhere. There was nothing I could do, so I waited in the lobby for a whole hour."

"What? Who's Ishikawa-san?" I may think, but it is hard to stop her mid-way because she is talking so cheerfully. Also, as she has told the same stories many times, she feels like she has already said something and sometimes omits an explanation. I start to have questions like, "Why were you here now?" or "How are this person and that person connected?" The things my aunt thinks do not need explanation are new pieces of information to us, creating a gap in information. That said, if I ask her about it, she seems like she would think, "Were you not listening properly?" and so I hesitate. In the end, I can say nothing and the conversation proceeds as though there is no particular issue.

There is one other thing, which is that her stories take a long time to finish.

While this happens often with people who like talking, she will go on talking forever. After hearing her for a while, I begin to wait for the moment that the story will end, but that moment just doesn't come. After she is a step away from finishing twice or three times, I will finally find the right timing and be able to say, "Well, I think it's about time for me..."

★ In the end, I think that people who like talking are not too interested in whether their listeners understand the content of what is being said. What must be more important is the fact that talking makes them feel better. That is why I try to feel that I may not need to be too worried even if I do not understand everything. It's about quantity over quality.

Ⓒ 我姑妈（或姨妈）非常爱说，因为家离得很近，一年有几次去她家的机会。可是，去了一定都是姑妈在说，包括我在内，全家所有的人都问个遍。姑妈很有活动能力，朋友也很多，话题很丰富。所以说的事情也很有意思。只是也有几个让人困惑的地方。

有时候不认识的人的话题突然冒出来，比方说

「……于是石川把行李存到服务台就去什么地方去了，没法子，我在大厅等了一个多小时！」

「唉？石川是谁？」本想问问，但是不好打断她兴高采烈说的话。还有可能同一个话说了好几遍，她以为已经说了，可实际上常常有没说明的地方。常常让人抱有「为什么现在说到这儿？」「这个人跟这个人是什么关系？」等疑问。在姑

妈看来不需要说明，可是对我来说是新的情报，情报的差距太大了。虽然这么说，可是如果问了，会被她认为「你没好好听吗？」所以很犹豫。结果什么也不说，好像也没什么问题，话题继续进展。

另一个是她的话总是说个没完。

爱说话的人都有这样的毛病，放任的话，会说个不停。听到某种程度，想找个机会结束话题，可是很难找到合适的机会。两次、三次、还差一点儿，终于找到机会可以说「那、我该……」了。

★总的来说，爱说话的人不太关心别人有没有理解话的内容，于此相比，说了后心情舒畅才是重要的吧。所以即使不明白内容的全部，也不必介意吧。我是那么认为的。与质量相比，量更重要。

Ⓥ Bác tôi là người rất thích kể chuyện. Vì gần nhà nên một năm có vài lần tôi được đến nhà bác, và mỗi lần đến là bác lại kể chuyện và tất cả mọi người bao gồm cả tôi lại ngồi nghe. Bác là người năng động, nhiều bạn bè, câu chuyện rất phong phú. Vì thế chuyện của bà khá thú vị. Nhưng cũng có vài điểm khó hiểu.

Một là đôi khi bỗng dưng xuất hiện người lạ. Ví dụ:

"… Và rồi anh Ishikawa gửi đồ ở lễ tân rồi đi đâu mất. Không còn cách nào khác bác phải đợi những 1 tiếng"

Tôi nghĩ "Ơ? Anh Ishikawa là ai?" nhưng bà đang kể nên tôi cũng khó ngắt giữa chừng. Và một câu chuyện bác kể nhiều lần nên cũng giải thích cũng qua lo do bác nghĩ đã từng kể rồi. Tôi lại đặt câu hỏi rằng "Tại sao lại là bây giờ và ở đây?", "người này với người này có quan hệ gì với nhau?". Bà nghĩ không cần giải thích còn với người nghe lại là thông tin mới nên gây ra việc thiếu thông tin. Nhưng nếu hỏi thì bị nghĩ "không nghe bác kể hả?" nên tôi ngập ngừng. Kết cục tôi không nói gì và câu chuyện cứ tiếp diễn mà không có có chủ để gì đặc biệt.

Có một điều nữa là chuyện mãi không kết thúc.

Việc này thường thấy với người thích kể chuyện nhưng nếu cứ để mặc thì bác nói liên tục không dừng. Nghe đến mức độ nào đó thì sẽ đợi lúc chuyện kết thúc nhưng mãi không nắm được thời điểm. Phải đôi ba lần qua đoạn gần kết, cuối cùng cũng có thời điểm để kết thúc để nói "Dạ thôi cháu chuẩn bị xin phép đây ạ…"

★ Rốt cuộc thì có vẻ như người thích nói không quan tâm tới việc người nghe có hiểu nội dung câu chuyện hay không. Có lẽ cảm thấy thoải mái nhờ việc nói chuyện quan trọng hơn. Chính vì thế mà tôi nghĩ không cần hiểu hết nội dung cũng chẳng sao. Lượng hơn chất.

Lesson 37

Ⓔ When I watch programs on television that report on food, I often see store masters bragging that "we only use natural fish," while the reporter comments "indeed, there's a difference with the natural."
★ There is a vague tendency for the natural to be higher in quality and worth, while cultivated goods are lower in worth than the real thing.

Indeed, fish who swim powerfully in the wide-open seas have leaner bodies, and they live in grueling nature, so they may be more healthy. However, if you are only interested in enjoying taste, you cannot make light of cultivated fish. Firstly, compared to natural fish, cultivated fish can only swim in a space that is limited in breadth, and so they have less muscle on their bodies. In other words, they have a lot of fat, and their bodies are soft. This is why it may be that people who enjoy fatty fish more than lean fish will in fact think that the cultivated fish taste better. Also, because they are raised in a controlled environment, their quality and taste will not change, so the same taste can be enjoyed at any time during the year, and there is an even lower risk of food poisoning as well. For producers, the fact that there are no major changes in price because there is an established amount of fish that they can catch is a major benefit.

Of course, it is true that there is an attraction that only natural fish have, but also in order to maintain the balance of nature, it may be that we should work to incorporate cultivation technology in a good way.

Ⓒ 在电视上，每当看到报道饮食方面的节目时，总是听到店主夸奖「我家店只用天然鱼」，采访记者说「天然的还真是不一样啊！」★这样的活时，总有一种天然的质量好，价格贵；养殖的比天然的价格低的感觉。

的确在广阔的大海里用力游的鱼身上的肉很紧，只从在严峻的自然环境中生长的角度上看，也许是健康的。可是，只从享受其味道的角度上看的话，养殖的鱼也不能轻视。首先养殖的鱼跟天然的比，在海里游的地方有限，体内的肌肉量少，也就是说脂肪比较多，肉比较软。所以，对跟瘦肉比喜欢肥一点儿的人来说，是不是觉得养殖的比天然的更好吃呢？还有，养殖的因为是在有管理的环境中长大，品质及味道不变，一年中的什么季节都能享受到同样的味道，食物中毒的危险性也很低。对生产者来说，捕捉量也是固定的，价格上没有太大的变化，利点很大。

当然，天然的有天然的魅力，这是事实。可是，为了维护自然平衡，是不是也应该有效地采用养殖技术呢？

Ⓥ Xem chương trình tivi về món ăn thường thấy ông chủ tiệm thì tự hào nói: "nhà tôi chỉ dùng cá tự nhiên thôi", còn báo cáo viên thì bình luận rằng: "đồ tự nhiên đúng là khác bác nhỉ". ★ Có vẻ như có khuynh hướng đồ tự nhiên thì chất lượng tốt, giá trị cao còn nuôi thì giá trị thấp hơn tự nhiên.

Đúng là cá bơi ngoài biển rộng thì thân chắc chắn, sống được trong tự nhiên khắc nghiệt thì khỏe mạnh. Nhưng nếu chỉ để thưởng thức hương vị thôi cũng không thể coi thường cá nuôi. Trước tiên, so với cá nuôi so với cá tự nhiên do không gian bơi bị giới hạn nên lượng cơ bắp ít. Tức là mỡ nhiều và thịt mềm. Chính vì vậy với người thích phần thịt mỡ hơn phần thịt đỏ thì có lẽ lại cảm thấy cá nuôi ngon hơn cá tự nhirn. Hơn nữa, lại được nuôi trong môi trường được quản lí nên chất lượng và hương vị không thay đổi, có thể thưởng thức cùng một hương vị bất kì mùa nào trong năm, khả năng bị ngộ độc cũng thấp hơn. Với người nuôi cá thì lượng thu bắt ổn định nên giá cả không có thay đổi lớn là điểm lợi thế.

Tất nhiên ở cá tự nhiên cũng có sự cuốn hút khác nhưng để duy trì cân bằng tự nhiên phải chăng chúng ta cũng nên áp dụng khéo léo kĩ thuật nuôi trồng.

Lesson 38

E A company conducted a survey of about 1,000 parents with children elementary school age and under about lessons. The ranking based on these results had swimming in first place and English conversation in second place. The opinion that having contact with English from a young age was important had spread, and English books for young children are continuing to increase.

But surprisingly, parents who are able to speak English are not that proactive about English education from an early age. There two main reasons for this. First, while children remember things quickly, they are also quick to forget things. Indeed, children's brains until they are about 9 years old develop the fastest, absorbing everything. However, if they are not in environments that require English in particular, they forget it as they grow. It must not be easy to make a child continuously interested in English, either.

One more reason is that learning two languages at once is a tough burden on a child. Just Japanese requires years of time before it can finally be used. Becoming able to use English on the same level will naturally require a significant amount of effort. Doing it the wrong way may even result in a child being unable to use either Japanese or English sufficiently.

While English is used around the world, there are differences between countries and regions, and it is not as if this English is perfect. Additionally, it is not as if that is even desired. ★ It seems that there are many parents who think that Japanese should first be solidly learned, and then it is okay to learn English as a way to acquire required knowledge and skills.

C 某公司对有小学生以下的孩子家长 1000 人做了有关课余学习班的问卷调查。调查结果显示，排行第一的是游泳，第二是英语。从小接触英语很重要，这种意识很普遍，因此面向幼儿的英语教材也在增加。

可是，意外的是会英语的家长却对早起的英语教育好像不太积极。其理由主要有两个：一个是小孩子记的快，忘的也快。的确，9 岁前孩子的大脑发育最快，什么都能吸收。可是，没有特殊的使用英语的环境的话，随着成长，也会忘掉的。一直对英语抱有兴趣也不是那么容易。

还有一个理由是同时学习两个语言对孩子来说负担很大。连日语都要花好几年的时间，要想将英语说得跟日语同样水平，当然需要相当的努力。如果学习方法没有掌握好，反而有可能导致日语英语都没学好的结果。

英语在全世界使用，可是因国家和地区而异，不可能有完全都是用英语的地方，也不可能非得说英语。★首先将日语学好，然后作为必要的知识或技能手段去学英语，这种想法的家长好像比较多。

V Một công ty đã tiến hành điều tra liên quan tới học thêm với 1000 người là cha mẹ có con dưới bậc tiểu học. Xếp hạng theo kết quả đó thì bơi đứng thứ nhất còn tiếng Anh đứng thứ hai. Quan niệm cho làm quen với tiếng Anh thì khi còn nhỏ rất quan trọng đã trở nên phổ biến hơn và sách tiếng Anh dành cho trẻ nhỏ cũng nhiều lên.

Nhưng có một điều không ngờ là những cha mẹ biết tiếng Anh lại không tích cực lắm trong việc giáo dục tiếng Anh từ sớm. Có hai lí do chính. Thứ nhất là trẻ con nhớ nhanh và cũng quên nhanh. Não của trẻ trước 9 tuổi phát triển nhanh nhất và hấp thu mọi thứ. Nhưng nếu không phải môi trường đặc biệt cần tiếng Anh thì càng lớn trẻ sẽ quên. Luôn có niềm ham mê với tiếng Anh không phải là việc đơn giản.

Lí do thứ hai là việc học đồng thời hai ngôn ngữ sẽ là gánh nặng với trẻ. Ngay tiếng Nhật cũng phải mất nhiều năm mới có thể sử dụng được. Để sử dụng được tiếng Anh cùng mức độ đó thì tất nhiên cần nỗ lực tương đương. Nếu sai cách làm thì dễ gây ra kết quả không sử dụng tốt được cả tiếng Nhật và tiếng Anh.

Tiếng Anh được sử dụng trên toàn thế giới nhưng tuy theo quốc gia và khu vực thì không hẳn đã dùng tiếng Anh hoàn hảo. Và điều này cũng không bắt buộc. ★ Nhiều cha mẹ nghĩ rằng trước tiên phải học tốt tiếng Nhật sau đó mới cần học tiếng Anh như dụng cụ để tiếp thu kiến thức và kĩ thuật cần thiết.

Lesson ㊴

E When it comes to classical music concerts, in general they have been held on weekday nights or week-end afternoons. ★This was a schedule created out of consideration for those who work, as this would be when salarymen finish their job, or weekends when people have no work. However, three years ago, a famous old orchestra began a project where they would perform concerts on weekday afternoons. The result was a great success.

The concerts were held four times a year, and they were always nearly sold out. In many of the seats were the aged, who now have free time now they are free from lives where they are pursued by work. Husbands and wives together, as well as groups of friends would all gather and seem to have a wonderful time.

The concerts were a little different from the image of the stiff and formal classical concerts that have existed in the past. While they featured first-rate conductors and demanded music with a high degree of artistry, they were enjoyed in different ways. While in regular concerts, the conductor, who could be said to be the performance's leading role, is usually only visible from the back, the conductor in these concerts appeared in front of the performance holding a microphone and would speak about the pieces that would be played as well as about the foreign countries that they lived in. From there, once the audience's hearts now felt closer to the conductor's, the performance could begin.

When it comes to weekday afternoons, there are many people who are working or studying, and society as a hole centers around these people. However, in the modern-day aging society, more people are living in a different way. Weekday afternoon concerts are only one small example, but are they not something making weekday afternoons in Japan richer than they have been in the past?

C 说起古典音乐会，至今为止一般都在平日的夜里或周六、周日的中午举行。★这是为上班族下班后及休息日考虑的时间安排。可是，大约三年前，一个很早以前就非常有名的交响乐团开始了在平日的晚上开音乐会的计划，其结果非常成功。

这个音乐会一年举行 4 次，每次都接近爆满。观众中的大多数是从紧张的工作中解放出来的，现在有很多充裕时间的老年人。有的是夫妻同伴，有的是跟朋友一起的等等，来观看的人们看上去都非常快乐。

音乐会与以往让人感到拘谨的古典音乐会的印象不同，即能欣赏到一流指挥家的高超的艺术，又能增添乐趣。一般的音乐会大都以演奏为主，指挥者一般只能看到背影，可是这个音乐会，指挥在演奏前手里拿着麦克风，介绍下面要演奏的曲子及自己在国外的生活，将听众与指挥的距离拉近，然后开始演奏。

平日的下午，工作及学习的人很多，社会整体都以他们为中心。可是，高龄化社会的当今，不那么生活的在人增加。「平日下午音乐会」虽然是一个小小的例子，但是不是说明了日本平日下午的时间比比以前过得丰富了呢？

V Hòa nhạc giao hưởng từ trước tới nay thông thường vào tối ngày thường hoặc trưa thứ 7, chủ nhật. ★ Lịch diễn này có thể hiểu là dành cho người đi làm như nhân viên công ty sau khi kết thúc công việc hoặc thời gian không phải làm việc vào ngày nghỉ. Nhưng khoảng 3 năm trước, một dàn nhạc giao hưởng nổi tiếng từ xưa đã bắt đầu kế hoạch hòa nhạc vào thời gian buổi chiều ngày thường và kết quả là họ rất thành công.

Buổi hòa nhạc được tổ chứ 4 lần một năm và lúc nào cũng gần như kín chỗ. Chiếm hầu hết ghế người là người gia được giải phongrskhoir cuộc sống luôn bị công việc bám đuổi và họ có nhiều thời gian. Nhưng người có mặt ở đó như các cặp vợ chồng, nhóm bạn bè trông họ đều rất vui.

Buổi hòa nhạc hơi khác so với hình ảnh về những buổi hòa nhạc giao hưởng cứng nhắc từ trước đến giờ. Đó là buổi hòa nhạc có nhạc trưởng tài ba, đòi hỏi âm nhạc mang tính nghệ thuật cao và còn có thêm cả sự vui nhộn. Tại những buổi hòa nhạc thông thường thì chỉ nhìn thấy lưng nhạc trưởng, có thể nói là nhân vật chính của buổi diễn, nhưng tại buổi hòa nhạc này, nhạc trưởng cầm micro trước khi biểu diễn, nói về tác phẩm sắp biểu diễn và chuyện các nước mà họ đã từng sống. Và khi đã thấy gần gũi với nhạc trưởng thì buổi biểu diễn bắt đầu.

Buổi chiều ngày thường thì nhiều người phải làm việc học hành, xã hội cũng tập trung vào đó. Nhưng thời dân số già như hiện này thì số người không sống như thế đang tăng lên. "Hòa nhạ buổi chiều ngày thường" là một ví dụ nhỏ thôi nhưng đã làm phong phú thêm thời gian buổi chiều ngày thường hơn.

Lesson ㊵

E Do you know of the word 「kunchi」? It means festival, and it is primarily used in the north part of Kyushu. As the fall harvest festival used to be held on September 9th, 「ku-nichi」 was changed into 「kunchi」 under one theory, while another theory says that the day when offerings were made to the gods was called 「供日 (kunichi）」. Here I would like to introduce what is said to be one of "Japan's three big kunchi," the

「Karatsu kunchi（唐津くんち）」.

Karatsu kunchi」is a festival held at Shiga Prefecture's Karatsu Shrine each November.「Karatsu kunchi」is best known for its Hikiyama（曳山）. Its beauty and power is very unique, and even those from abroad take notice of it. It has also been registered as a UNESCO intangible cultural property, and the number of tourists who visit to see it has been increasing.

Hikiyama is created by using multiple layers of lacquered Japanese paper, and each of Karatsu city's 14 towns has its own. They were created 200 years ago, and they are magnificent things that would cost 100-200 million yen to create today. While each of these Hikiyama have their own charm no matter which of the three festival days one sees them on, it is said the greatest highlight is the " O-tabisho-shinkō（御旅所神幸）" held on the second day. The Hikiyama depart the shrine to go around the town, gather in the west coast where it is said the gods appeared, and a ceremony is held. The wheels of the two-plus-ton do not move easily on top of the sand on the coast. To do so, voices shout out, "Enya, enya! Yoisa yoisa!" as everyone combines their strength to pull it forward in a scene that resonates within visitors' hearts.
★ While it takes place during a limited period of three days, it is an event that is worth seeing once that allows one to come into contact with traditional culture that has been passed down for many years.

Ⓒ 您知道「kunchi」的意吗？这是"OMATURI"的意思（相当于中国的传统祭会），主要是在九州北部使用的方言。以前9月9日举行秋收祭会，所以由「ku-nichi」变为「kunchi」。还有一说是因为"供品的日子日语叫"供日（kunichi）"，由此而来。在这里介绍一下日本"三大祭会之一"的「Karatsu kunchi（唐津くんち）」。

"Hikiyama"是位于佐贺县唐津市里的一个叫"唐津神社"里的祭会。每年的11月初举行。说到「Karatsu kunchi」，Hikiyama（曳山）很有名。其漂亮的装饰及气魄非常独特，也受到海外的注目。被联合国教科文组织认定为非物质文化遗产，前来观看的游客也在增多。

"Hikiyama"是在重叠的和纸上涂漆做成的，在唐津的14个町里各放一个，也有200年前做的。那个要是现在做的话，要话费1～2亿日元，非常豪华。"Hikiyama"在三天祭会期间，无论哪一天看都各有各的魅力。最好看的是第二天的被叫作「O-tabisho-shinkō（御旅所神幸）」的。从神社出发的Hikiyama饶着町转，然后汇集在传说神出现的西边的海滩上，开始举行仪式。重量超过2吨以上的Hikiyama的车轮，在海边的沙子上很难移动，大家呼喊着「エンヤエンヤ！　ヨイサヨイサ！」，齐心协力地拉，打动了观众的心。★虽然只有三天期间，但可以感受到长年传承下来的传统文化，是一个值得一看的祭会。

Ⓥ Bạn có biết từ "kunchi" không. Đây là từ có nghĩa "lễ hội" được sử dụng chủ yếu ở phía Bắc của đảo Kyushu. Ngày xưa lễ hội thu hoạch mùa thu được tổ chức vào ngày 9 tháng 9 nên có thuyết rằng "kunchi" là cách nói biến âm của "ku-nichi" và cũng có thuyết vì người ta gọi ngày cúng đồ ở điện thần là "kunichi". Trong bài này chúng tôi xin giới thiệu về "Karatsu kunchi", một trong "tam đại kunchi của Nhật Bản".

"Karatsu kunchi là lễ hội của đền Karatsu nằm ở thành phố Karatsu tỉnh Saga, được tổ chức vào tháng 11 hàng năm. Nhắc đến "karatsu kunchi" thì nổi tiếng là kiệu Hikiyama. Nó được cả nước ngoài chú ý tới bởi vẻ đẹp và sức mạnh vô cùng độc đáo. Kiệu còn được công nhận là di sản văn hóa phi vật thể và khách tới thăm quan ngày một tăng.

Kiệu Hikiyama được làm bằng giấy washi nhiều lớp và quét sơn mài, mỗi quận trong thành phố Karatsu lại sở hữu một chiếc. Có những kiệu được làm từ 20 năm trước và nếu bây giờ làm thì nó là kiệu rất đắt tiền tốn khoảng 1 đến 2 trăm triệu yên. Kiệu Hikiyama qua cả 3 ngày lễ hội thì ngày nào xem cũng thấy rất cuốn hút nhưng đáng xem nhất là ngày thứ hai với lễ gọi là "O-tabisho-shinko". Kiệu Hikiyama xuất phát từ đền sẽ đi vòng quanh phố, sau đó tập trung bờ biển phía tây được coi là nơi thần xuất hiện để làm nghi lễ. Bánh xe kiệu nặng lên tới hai tấn đi chuyển trên cát không phải là điều dễ dàng. Hình ảnh mọi người cũng hô "enya-enya! Yoisa-yoisa" và hợp sức kéo kiệu đã làm rung động trái tim người xem. ★ Thời gian ba ngày ngắn ngủi nhưng là sự kiện đáng xem để có thể tiếp xúc với văn hóa truyền thống được lưu truyền qua thời gian rất dài.

ふくしゅうのこたえ　　Review Answers／复习答案／Đáp án bài ôn tập　　**§4** (Lesson 31-40)

Ⅰ　❶ c　❷ e　❸ a　❹ f　❺ d　❻ b

Ⅱ　❶ d　❷ c　❸ a　❹ d　❺ a

Ⅲ　❶ f　❷ c　❸ e　❹ a　❺ b

CHECK のこたえ　§1-4（Lesson 1-40）

Lesson ①

Q1　答えの例：旅館のそばを流れる川

Q2　a（全体を通して、旅館についての話であり、良い点を伝えている。）

Lesson ②

Q　b（「東京を案内してあげた」「服やくつの店ばかり行きたがった」「喜んでくれていた」から。）

Lesson ③

Q1　b（「923 のうち、48 だったこと」を意外に感じている。）

Q2　b（「科学研究の分野においてはまだまだこれから」と述べていることから。）

Lesson ④

Q1　びっくりさせられる。

Q2　答えの例：携帯電話は便利なものだが、迷惑なものになることもある。

Lesson ⑤

Q1　ホームステイをさせてくれた家族。

Q2　a

Lesson ⑥

Q1　答えの例：田中さんが貸してくれた雑誌／田中さんに借りた本

Q2　答えの例：借りた雑誌と同じもの／田中さんに借りたのと同じ本

Lesson ⑦

Q1　a

Q2　c（第1文で「何事についても、予約が必要な時代になった。」と述べ、いくつかの例を示している。）

Lesson ⑧

Q1　b

Q2　答えの例：盆栽の魅力

Lesson ⑨

Q1　テレビで見たことのある有名な選手。

Q2　試合に夢中のあきらさん

Lesson ⑩

Q1　老婦人

Q2　答えの例：老婦人にゆずるつもりだった席／私が座っていた席

Lesson ⑪

Q1　b（「生産ができない状態」と言っている。）

Q2　b（「リフトの座席に雪が積もって営業ができない」「もう雪は降らないで」から。）

Lesson ⑫

Q1　自分（または私）

Q2　答えの例：注文した料理の魚／注文した料理に使われている魚

Lesson ⑬

Q1　×（もうすぐ生まれてから 150日になるが、一般の人が見ることができるようになるのは来月。）

Q2　×（動物園のパンダは野生ではない。）

Lesson ⑭

Q1　私が時間を間違えた。

Q2　Tシャツのサイズを間違えて買った。友達との待ち合わせの時間を間違えた。

Lesson ⑮

Q1　b（体重の管理するのは自分。体重計ではない。）

Q2　答えの例：健康のために体重をチェックしよう／体重計の利用法

Lesson ⑯

Q1　×（冬の寒い地域でしか見ることができない。）

Q2　×（よく晴れて、風がなく、気温がマイナス 10 度以下、湿度の高い日に見ることができる。）

Lesson ⑰

Q1　×（バスの中などで、スマホのゲームやメールのやりとりをしている人が多い、と言っているが、ゲーム
のやりすぎとは言っていない。）

Q2　×（周りにもう少し関心を向けて、気軽に声をかけられるようになったほうがいい、という考え。）

Lesson ⑱

Q1　筋肉がどんどん弱くなること。

Q2　答えの例：ケガをしないために／急に激しく動かすと筋肉が切れたりするので、そうならないために。

Lesson ⑲

Q1　救急車が来ること。

Q2　ありがたいと思っている。

Lesson ⑳

Q1　答えの例：電話を受けて話すこと／会社にかかってきた電話に出ること。

Q2　電話で使う日本語。

Lesson ㉑

Q　教育や医療。（「教育だけでなく、医療においても活用できる」から。）

Lesson ㉒

Q1　○

Q2　×（「歩くときは…大きめの歩幅にします」から。）

Lesson ㉓

Q　「どこまで自動化させるか」ということや「事故が起きたとき、誰の責任になるか」ということ、など。

Lesson ㉔

Q1　日本の経済がおかしくなること。

Q2　答えの例：もっとのんびりと品物が届くのを待つ生活態度に変えること。／あまり急がず、ゆっくり品物が届くのを待つように生活態度を変えること。

Lesson ㉕

Q1　×（気楽とは言っていない。むしろ、ルールをしっかり守るなど、厳しい生き方を強調している。）

Q2　×（「週に一度だけ」と述べている。）

Lesson ㉖

Q1　人がしないようなこと。

Q2　答えの例：人間性／人間性の魅力

Lesson ㉗

Q1　b（「罪の意識を感じる」と述べている。）

Q2　答えの例：日本人の働き方（休みについての考え方も含めて、日本人の働き方の特徴をテーマにしている。）

Lesson ㉘

Q　ビーチボール大会の場所に利用させてもらったこと。

Lesson ㉙

Q　アルソミトラの種とハンググライダー。

Lesson ㉚

Q1　「会話に意識が向いて山にいることを忘れてしまうこと」と「ほかの人のペースに合わさなければならないこと」。

Q2　いつもの生活から離れ、自然に触れてリフレッシュすること。※「一人で登るほうがいい理由」は、これとはまた別。

Lesson ㉛

Q　答えの例：仮装をする日（「仮装をする日」のような日）／普段の自分とは別の自分を表現できる日

Lesson ㉜

Q1　写真を一枚も整理できずに終わってしまうこと。

Q2　同じような写真を撮ることはもうできないから。

Lesson ㉝

Q　季節の変化を感じとることと、落とし物を拾うこと。

Lesson ㉞

Q　答えの例：「日本的なもの」の存在／「日本的なもの」の（存在とその）価値

Lesson ㉟

Q1　ぼく。

Q2　お祖父さんの孫娘（お祖父さんの息子の娘）とその姪

Lesson ㊱

Q1　b（「結局、何も言えず、…話は進むのだ。」から。）

Q2　たくさん話を聞いてあげるのがいい。（「質より量なのだ。」から。）

Lesson ㊲

Q　脂身が好きな人には、おいしく感じられること。／品質や味が変わらず、一年中、同じ味を楽しむことができること。／安全に食べられること（食中毒の可能性が低いこと）。／価格が大きく変化しないこと。／自然のバランスを維持するのに役立つこと。

Lesson ㊳

Q1　英語ができる親が、早い時期からの英語教育にあまり積極的でないこと。

Q2　完全な英語。

Lesson ㊴

Q1　高齢者が多いこと。（座席の多くを占めるのは…高齢者たちだ。」から。）

Q2　仕事や勉強をすること。

Lesson ㊵

Q1　b

Q2　曳山を動かすときに、みんなでかけ合う言葉。

PART 2

実践！ 読解トレーニング
情報編

Try it for Real! Reading Comprehension Training
Information Section

実践！ 读解训练
情报篇

Thực tiễn! Luyện tập đọc hiểu
Phần Thông tin

Lesson

41 どの店が合っていますか。

次の文章を読んで、質問に答えなさい。答えは、１・２・３・４から最もよいものを一つえらびなさい。

問1　留学生のグエンさんは、アルバイトを探している。先月まで別の店でキッチンの仕事をしていたが、日本語が上手になってきたので、ホールの仕事をしてみたいと思っている。毎週土曜日はサークルがあって、アルバイトはできない。平日は午後４時半まで授業がある。グエンさんに合っているのは、どの店か。

問2　田中さんは主婦で、小学生の子どもがいる。子どもが学校に行っている間、週2日働きたいと思っているが、土曜日、日曜日は働くことができない。大学生のとき、アルバイトでキッチンの仕事をしたことがある。田中さんに合っているのは、どの店か。

What Store is Best?
那家店合适呢?
Nhà hàng nào sẽ phụ hợp?

アルバイト募集
ぼ しゅう

① レストラン　さくら

募集：キッチン／ホール　２名ずつ
ぼ しゅう　　*1　　　　*2
時間：11:00 ～ 22:00

　　　１日５時間以上、土曜日、日曜
　　　日働ける方
　　　　はたら
時給：850 円
じ きゅう
*3
・ホールの経験がある方
　　　けいけん

② ふじ食堂

・ホール　１名

　時間：11:00 ～ 15：00
　　　　週２日からＯＫ

　時給：800 円
　じ きゅう
・経験がない方も歓迎
　けいけん　　　かんげい

③ レストラン　たなか

・キッチン　３名

　時間：11:00 ～ 15:00
　　　　または 18:00 ～ 22:00
　　　　週１日～

　時給：820 円
　じ きゅう
・料理が得意な方
　　　とく い
・キッチンの仕事経験がある方歓迎
　　　　　けいけん　　　　かんげい

④ イタリアンレストラン　ボーノ

・キッチン／ホール　１名ずつ

　時間：11:00 ～ 15:00
　　　　または 18:00 ～ 21:00
　　　　※週３日以上働ける方
　　　　　　　　　はたら
　時給：880 円
　じ きゅう
・初めての方もＯＫ
　はじ

＊１　キッチン：ここでは、レストランなどのお店の台所で、料理の手伝いをする仕事。
　　　　　　　　　　　　　　　　　　　　だいどころ　　　　　　てつだ

＊２　ホール：ここでは、レストランなどのお店で、お客さんの注文をとったり、料理を出したりす
　　　　　　　　　　　　　　　　　　　　　　　　　　ちゅうもん
　　　る仕事。

＊３　時給：1 時間分の給料。
　　　じきゅう　　　　　きゅうりょう

→ p.150 に つづく

Lesson

42 申し込みができるのはどの人？

次の文章を読んで、質問に答えなさい。答えは、1・2・3・4から最もよいものを一つえらびなさい。

問1　申し込みができるのはどの人か。

1　さくら市に住む、17歳の高校生

2　さくら市のお店で働く独身の女の人

3　さくら市の、小学生の子どもが2人いる女の人

4　さくら市の、18歳の子どもが1人いる女の人

問2　この案内の内容と、合っているものはどれか。

1　子どもが3人いる人は、カードを3枚作ることができる。

2　このカードがあれば、さくら市のすべてのお店で割り引きがある。

3　さくら市の市役所から、カードを申し込むことができる。

4　カードを申し込んだら、その日にカードがもらえる。

Who can Apply?
可以报名的人是谁?
Ai sẽ có thể đăng ký?

さくら市　お母さん応援カード

さくら市では、子どもがいる家庭を応援しています。

「お母さん応援カード」は、子どもを育てるお母さんのためのカードです。

このカードを見せるだけで、さくら市の中の約50のお店で、割引などのサービスが受けられます。

※お店についての詳しい情報は、さくら市のホームページをごらんください。
*1

○さくら市に住む、18歳未満の子どもが一人でもいる方は、申し込むことができます。

○ご希望の方は、市役所の子ども支援課で申し込んでください。申し込んでから約1週間で、ご自宅にカードが届きます。

お問い合わせ　さくら市役所　子育て支援課 04×―××―××××
*2

*1　ホームページ：会社や団体、個人のウェブのページ。

*2　支援：助けること。

⟶ p.151 に つづく

149

Lesson ④ Answers

Vocabulary

☐ 探す：Find／找／tìm

☐ 主婦：Homemaker／主妇／nội trợ

☐ 募集（する）：(To) recruit／招聘／tuyển dụng

☐ キッチン：(This is the term used for work helping with food in kitchens at stores such as restaurants.)／在餐馆等餐饮店的厨房帮忙做饭的工作。／Ở đây mang nghĩa là công việc hỗ trợ việc nấu ăn trong nhà bếp của các quán ăn như nhà hàng.)

☐ ホール：(In this case, this refers to work taking customer orders, serving food, and more at stores such as restaurants.)／在餐馆等餐饮店负责点餐及端菜的工作。／Ở đây mang nghĩa là công việc nhận đặt món hoặc mang đồ ăn ra v.v.. tại các quán ăn như nhà hàng.)

☐ 時給：(Wages paid per hour／一个小时的工资／Tiền lương trả theo giờ)

🔑 Point

E Check the days and times that part-time jobs cannot be done during as you find the answer.

C 确认星期几不能打工及不能打工的时间进行寻找。

V Tìm ra câu trả lời đúng bằng cách xem lại ngày hoặc giờ mà họ không đi làm được.

答え 問1：4 問2：3

アルバイト募集
(ぼ しゅう)

Part-Time Job Recruitmen／招聘临时工／Tuyển nhân viên làm thêm

① レストラン　さくら

募集：キッチン／ホール　2名ずつ

時間：11:00 ～ 22:00
1日5時間以上、土曜日、日曜日働ける方

時給：850円

・**ホールの経験がある方**

Individuals with hall experience／有在餐厅工作经验的／Có kinh nghiệm bồi bàn

② ふじ食堂

・ホール　1名

時間：11:00 ～ 15:00
週2日からOK

時給：800円

・**経験がない方も歓迎**

Individuals with no experience also welcome／没有经验过的人也欢迎／Hoan nghênh những người chưa có kinh nghiệm

③ レストラン　たなか

・キッチン　3名

時間：11:00 ～ 15:00
または 18:00 ～ 22:00
週1日〜

時給：820円

・**料理が得意な方**

Individuals who are good at cooking／会做菜的人／Giỏi nấu ăn

・**キッチンの仕事経験がある方歓迎**

Individuals with kitchen work experience are welcome／欢迎有在厨房工作经验的／Ưu tiên người có kinh nghiệm làm việc trong bếp

④ イタリアンレストラン　ボーノ

・キッチン／ホール　1名ずつ

時間：11:00 ～ 15:00
または 18:00 ～ 21:00
※週3日以上働ける方

時給：880円

・**初めての方もOK**

Individuals who can work 3 + days a week／一周能工作三天以上的／Có thể làm một tuần từ 3 ngày trở lên

First-timers also okay／没有经验的也欢迎／Những người lần đầu đi làm cũng có thể ứng tuyển

Lesson ㊷ Answers

Vocabulary

□ 独身：Single／单身／độc thân
（どくしん）

□ 応援（する）：(To) support／支援、援助／động viên, cổ vũ
（おうえん）

□ ホームページ：(A webpage for companies, groups, or individuals.／
公司及团体的网页。／ trang web của công ty, tổ chức hoặc cá nhân)

□ ～未満：Less than ～／不满、～以下／ dưới ～
（みまん）

Point

ⓔ Do 18-year-olds count as「18歳未満」? When can someone receive a card?

ⓒ 18岁是「18歳未满」吗? 什么时候能拿到卡?

ⓥ Người 18 tuổi có phải là「18歳未満」không? Khi nào có thể nhận được cái thẻ?

答え　問1：3　問2：3

Sakura City Supporting Mothers Card
／樱市 母亲援助卡／ Thẻ động viên người mẹ Thành Phố Sakura

さくら市　お母さん応援カード
（し）（かあ）（おうえん）

Sakura City supports families with children. The Supporting Mothers Card is a card for mothers who are raising children.
／樱市援助有孩子的家庭。是为养育孩子的母亲而发行的卡。
／ Thành Phố Sakura động viên các gia đình có con nhỏ. "Thẻ động viên người mẹ" là cái thẻ dành cho người mẹ đang nuôi con nhỏ.

さくら市では、子どもがいる家庭を応援しています。

「お母さん応援カード」は、子どもを育てるお母さんのためのカードです。

Showing this card will allow holders to receive services such as discounts at approximately 50 stores in Sakura City.
／只要出示这个卡，就可以享受樱市约50个店的优惠服务。
／ Chỉ cần xuất trình thẻ này thì sẽ được ưu đãi như giảm giá tại khoảng 50 cửa hàng trong Thành Phố Sakura.

このカードを見せるだけで、さくら市の中の約50のお店で、割引などのサービスが

受けられます。

※お店についての詳しい情報は、さくら市のホームページをごらんください。

For detailed information about stores, please look at the Sakura City website.
／有关店的详细情报请看樱市的网页。
／ Xin xem trang web của Thành Phố Sakura để biết thêm thông tin về các cửa hàng.

○さくら市に住む、18歳未満の子どもが一人でもいる方は、申し込むことができます。

○ご希望の方は、市役所の子ども支援課で申し込んでください。申し込んでから約1

週間で、ご自宅にカードが届きます。

Individuals with one or more children under the age of 18 who live in Sakura City can apply for this card.
／居住在樱市，有18岁以下，即使就一个孩子也可以申请。
／ Người dân Thành Phố Sakura mà có con dưới 18 tuổi, cho dù là một người, thì có thể đăng ký.

お問い合わせ　さくら市役所　子育て支援課 04×—××—××××

Lesson
43 薬の飲み方
くすり　　の　　　かた

つぎの文章は薬の説明である。これを読んで、下の質問に答えなさい。答えは、１・２・３・
ぶんしょう　くすり　せつめい
４から最もよいものを一つえらびなさい。
もっと

問１　この薬の飲み方で正しいものはどれか。
くすり

　　　１　朝ごはんの前にお茶で１袋飲む。
　　　　　　　　　　　　　　　　ふくろ

　　　２　朝ごはんの後にお湯で３袋飲む。
　　　　　　　　　　　　ゆ　　ふくろ

　　　３　昼ごはんの後にお湯で１袋飲む。
　　　　　　　　　　　　ゆ　　ふくろ

　　　４　昼ごはんの後にお茶で３袋飲む。
　　　　　　　　　　　　　　　　ふくろ

問２　この注意書きと、内容が合っているものはどれか。
　　　　　　　　　　　ないよう　あ

　　　１　15歳以上の人は誰でも飲んでいい。
　　　　　　さい　　　　だれ

　　　２　薬を飲んだ後で、電車に乗ってはいけない。
　　　　　くすり　　　　　　　　　　の

　　　３　お酒を飲む前に、薬を飲んではいけない。
　　　　　さけ　　　　　くすり

　　　４　５日間以上飲まなければならない。

How to Take Medicine
药的服用方法
Cách dùng thuốc

かぜ薬「セキトマール」を飲む方へ

【飲み方】

1回1袋を1日3回
食事の後30分以内に、水またはお湯で飲んでください。

【注意】

① 次の人は飲まないでください。
　・15歳未満の子ども
　・妊娠している人
　　＊
② 薬を飲んだ後、しばらくは乗り物や機械の運転をしないでください。

③ 薬を飲む前や飲んだ後に、お酒を飲まないでください。

④ 5日間以上続けて飲まないでください。

ふじ病院院長

＊妊娠：お腹に赤ちゃんがいること。

⟶ p.156に つづく

Lesson
44 観光案内の情報を読みとる

つぎの文章は観光船の案内である。これを読んで、下の質問に答えなさい。答えは、1・2・3・4から最もよいものを一つえらびなさい。

問1　この案内と、内容が合っているものはどれか。

1　この船は50分に1回出発する。

2　この船は1時間に4回出発する。

3　この船には、20名乗ることができる。

4　半周コースは予約しなくても利用することができる。

問2　田中さんは中学生の子どもが1人と、小学生の子どもが1人いる。今、大学に通っている留学生のリンさんと、4人で船に乗る場合、いくら払ったらよいか。

1　3800円

2　3300円

3　3200円

4　2600円

Reading Sightseeing Information
看观光介绍情报
Nắm thông tin trên bảng hướng dẫn du lịch

観光船のご案内
かんこうせん　　　　あんない

船で青葉湖を観光しよう！
ふね　あおばこ　　かんこう

時　間：9:00 〜 17:00 ／ 15 分おきに出発、1 周約 50 分
　　　　　　　　　　　　　　　　　　　　　　　しゅうやく
定　員：15 名
てい いん

料金（一日チケット）：　　※その日であれば何回でも乗り降りできます。
　　　　　　　　　　　　　　　　　　　　　かい　　の　お

	個人 こじん	団体（8名以上） だんたい	外国人
大人 （中学生以上）	1200 円	1000 円	800 円
子ども （小学生）	600 円	500 円	400 円

※小学生未満の子どもは無料です。
　　みまん　　　　　　むりょう

★ 半周コース（30 分コース）　　※予約が必要です。
　　はんしゅう　　　　　　　　　　　　　　よやく　ひつよう
　時　間：約 30 分
　　　　　　やく
　料　金：大人（中学生以上）：800 円　　子ども（小学生まで）：400 円

　※ ご利用の 1 週間前までに予約をしてください。
　　　りよう　　　　　　　　　　よやく
　※ 2 名様以上から予約できます。
　　　　さま　　　　　よやく

⟶ p.157 に つづく

Lesson **43** Answers

Vocabulary

□ 運転（する）： (To) Operate／开车／lái xe
　うんてん

🔑 **Point**

ⓔ「〜以上」and「〜未満」are used contrastingly. This is used as an important point, so be sure to go over it carefully.

ⓒ「〜以上」和「〜未満」是对照关系，是注意事项的关键，要仔细核实。

ⓥ「〜以上」với「〜未満」có quan hệ đối chiếu. Những từ này sẽ là điểm quan trọng vì vậy hãy chú ý.

答え　問1：3　問2：3

かぜ薬「セキトマール」を飲む方へ
　　　　ぐすり　　　　　　　　　　　　　　　の　　かた

For Those Taking「セキトマール」Cold Medicine
／服用感冒药（止咳药）的患者须知／ Gửi người dùng thuốc cảm「セキトマール」

【飲み方】
　の　かた

1回1袋を1日3回
かい　ふくろ　　にち　かい

食事の後30分以内に、水またはお湯で飲んでください。
しょくじ　あと　　ぷんいない　　みず　　　　　ゆ　の

Please take with water or hot water within thirty minutes of eating.
／饭后 30分钟以内用水或热水服用。
／ Uống với nước hoặc nước nóng trong vòng 30 phút sau bữa ăn.

【注意】
ちゅうい

① 次の人は飲まないでください。
　つぎ　ひと　の

・15歳未満の子ども
　さいみまん　こ

・妊娠している人
　にんしん　　　　ひと

After taking this medicine, please wait a while before operating vehicles or machinery.
／服用后请不要马上开车及其他交通工具。
／ Xin đừng lái xe hoặc thao tác máy móc trong một khoảng thời gian sau khi uống thuốc.

② 薬を飲んだ後、しばらくは乗り物や機械の運転をしないでください。
　くすり　の　　あと　　　　　　　　の　もの　きかい　うんてん

③ 薬を飲む前や飲んだ後に、お酒を飲まないでください。
　くすり　の　まえ　の　　あと　　さけ　の

Please do not drink alcohol before or after taking this medicine.
／服用前及服用后请不要饮酒。
／ Xin đừng uống rượu trước hoặc sau khi uống thuốc.

④ 5日間以上続けて飲まないでください。
　か かんいじょうつづ　　　の

Please do not take this medicine for more than five days in a row.
／请不要连续 5天以上服用。／ Xin đừng dùng 5 ngày liên tục trở lên.

ふじ病院院長
びょういんいんちょう

Lesson ㊹ Answers

Vocabulary

☐ 〜おきに：Each〜／每隔〜／cứ mỗi〜

☐ 〜周（しゅう）：〜 laps／〜圈／〜vòng

☐ 半周（はんしゅう）：Half-lap／半圈／nửa vòng

☐ 定員（ていいん）：Capacity／定员／số người quy định

☐ 乗り降り（のり お）（する）：(To) get on and off／乘降／lên xuống

🔑 **Point**

E How many times per hour does「15分おきに」mean?

C「15分おきに」的话，那么「一个小时几次？」

V「15分おきに」có nghĩa là "một tiếng mấy lần"?

答え　問1：**2**　問2：**1**

Sightseeing Boat Information
／观览船的利用说明／Hướng dẫn về tàu du lịch

See Lake Aoba by boat!／欢迎乘船游览青叶湖／Cùng khám phá hồ Aoba bằng tàu!

時間（じかん）：9:00 〜 17:00 ／ 15分（ふん）おきに出発（しゅっぱつ）、1周約（しゅうやく）50分（ぶん）

定員（ていいん）：15名（めい）

Individuals can freely get on and off boats for the duration of the day.
／当天可以反复乘坐／Có thể lên xuống tàu nhiều lần trong ngày mua vé

料金（りょうきん）（一日（いちにち）チケット）：　※その日（ひ）であれば何回（なんかい）でも乗り降り（のり お）できます。

	個人（こじん）	団体（だんたい）（8名以上（めいいじょう））	外国人（がいこくじん）
大人（おとな）（中学生以上（ちゅうがくせいいじょう））	1200円（えん）	1000円（えん）	800円（えん）
子ども（こ）（小学生（しょうがくせい））	600円（えん）	500円（えん）	400円（えん）

※小学生未満（しょうがくせいみまん）の子ども（こ）は無料（むりょう）です。

Children under elementary school age are free.
／小学以下的儿童免费。／ Trẻ chưa đi học tiểu học được miễn phí.

★ 半周（はんしゅう）コース（30分（ぶん）コース）　※予約（よやく）が必要（ひつよう）です。

Half-circle course (30 minute course) ※ Reservation required.
／半圈路线（30分钟）※要预约／Hành trình nửa vòng (hành trình 30 phút) ※ Cần đặt trước.

時間（じかん）：約（やく）30分（ぶん）

料金（りょうきん）：大人（おとな）（中学生以上（ちゅうがくせいいじょう））：800円（えん）　子ども（こ）（小学生（しょうがくせい）まで）：400円（えん）

※ ご利用（りよう）の1週間前（しゅうかんまえ）までに予約（よやく）をしてください。

※2名様以上（めいさまいじょう）から予約（よやく）できます。

Please make reservations a week before use or earlier.
／请在乘船一小时前预约。／ Cần đặt trước một tuần.

Reservations can be made for groups of 2 or more.
／2名以上可以预约。／ Cần phải có 2 người trở lên mới có thể đặt trước hành trình này.

Lesson

45 都合がいいのはどの日のどの時間？

つぎの文章を読んで、下の質問に答えなさい。答えは、１・２・３・４から最もよいものを
一つえらびなさい。

問1　リンさんは毎週月曜日が休みだが、20 日は特別な仕事があるので、そのかわりに、
火曜日が休みになった。しかし、その日は友達と昼ご飯を食べる約束をしてしまっ
たので、12 時以降は部屋にいない。リンさんが申し込むことができるのは、どの
日のどの時間か。

　1　11 月 20 日の 9 時〜 11 時
　2　11 月 21 日の 9 時〜 11 時
　3　11 月 20 日の 11 時〜 13 時
　4　11 月 21 日の 13 時〜 15 時

問2　この文章の内容と合っているものはどれか。

　1　この文章は、10 月 3 日に作られた。
　2　点検の時、部屋にだれもいない場合は、管理人が代わってくれる。
　3　この紙は、10 月 20 日までに、郵便局のポストに出さなければならない。
　4　○の数は少なければ少ないほどいい。

What day and time is convenient for you?
你方便的是哪天、哪个时间?
Ngày nào và giờ nào thì sẽ thuận tiện?

10 月 3 日

<u>さくらマンションの皆様へ</u>

火災報知器の点検について
*1　　　　*2

以下の通り、各部屋の火災報知器の点検をします。
よろしくご協力のほど、お願いいたします。

［期間］11 月 20 日（月）〜 24 日（木）

下の表のご都合のいい時間に○をつけて、キリトリ線以下を 10 月 20 日までに
管理人室のポストに入れてください。
※○はいくつ書いてもかまいません。

------------------------------------ ✂キリトリ線 ------------------------------------

「火災報知器の点検」の希望日時

（　　　　　）号室　お名前（　　　　　　　　　　　）

	9：00 〜 11：00	11：00 〜 13：00	13：00 〜 15：00
11/20（月）			
11/21（火）			
11/22（水）			
11/23（木）			

※火災報知器：部屋が火事のときなどに、大きな音が出る機械。
※点検：問題がないか、チェックすること。

⟶ p.160 に つづく

Lesson 45 Answers

Vocabulary

☐ 配る：Distribute／发／phát
くば

☐ 点検：(To check to see if there are no problems.／检查一下是否有问题。
てんけん
／kiểm tra có vấn đề gì hay không.)

☐ 火災：火事。火事による害。
かさい　　かじ　　かじ　　　　　　がい

☐ 火災報知器：(A device that makes a loud noise when during times such as
かさい
when there is a fire in a room.／房间发生火灾时会发出很大声音的机器。／
Thiết bị phát ra tiếng to khi có sự cố như cháy xảy ra.)

🔑 Point

E Be careful to not mark the incorrect date and time. Which is being referred to, a post office mailbox or a home mailbox?

C 注意不要将日期及和星期几错位。邮局的信箱和家庭信箱指的是哪一个？

V Cần chú ý xem ngày bao nhiêu và ngày thứ mấy. "Hòm thư" ở đây là "hòm gửi thư (bưu điện)" hay là "hòm nhận thư (ở nhà)"?

答え　問1：**2**　問2：**1**

10月3日
がつ　か

さくらマンションの皆様へ
みなさま

On Fire Detector Inspections
／关于火灾报警器的检查／Về việc kiểm tra thiết bị báo cháy

火災報知器の点検について
かさいほうちき　　てんけん

以下の通り、各部屋の火災報知器の点検をします。
いか　とお　　かくへや　　かさいほうちき　　てんけん

Fire detection inspections will be conducted in each room accord to the following:
／各房间的火灾报警器的检查按以下期间进行。
／Sẽ tiến hành kiểm tra thiết bị báo cháy từng phòng.

よろしくご協力のほど、お願いいたします。
きょうりょく　　　　　　ねが

［期間］11月20日（月）～24日（木）
きかん　　　　がつ　か　げつ　　　　か　もく

下の表のご都合のいい時間に○をつけて、キリトリ線以下を10月20日までに
した　ひょう　つごう　　じかん　　　　　　　　　　せん　いか　　　　がつ　か

管理人室のポストに入れてください。
かんりにんしつ　　　　い

※○はいくつ書いてもかまいません。
か

Please mark times that are convenient for you with an ○ on the following chart and place the section below the cut here line in the mailbox for the superintendent's room by October 20.
／请在下面的表格上将方便的时间画上○，在10月20号前把切线以下的部分投到管理员的信箱里。
／Đánh dấu ○ vào ngày giờ thuận tiện, cắt theo đường chấm rồi bỏ vào hòm thư phòng quản lý trong ngày 20 tháng 10.

You may mark as many times with a ○ as you like.
／○圈几个都行。
／Có thể đánh dấu ○ vào tất cả ngày giờ thuận tiện.

- - - - - - - - - - - - - - - ✂キリトリ線 - - - - - - - - - - - - - - -
せん

Desired Date and Time for Fire Detector Inspection
／报警器检查希望日期及时间
／Ngày giờ thuận tiện để "kiểm tra thiết bị báo cháy

「火災報知器の点検」の希望日時
かさいほうちき　　てんけん　　きぼうにちじ

（　　　　　）号室　お名前（　　　　　　　　　　　）
ごうしつ　　　なまえ

	9：00～11：00	11：00～13：00	13：00～15：00
11/20（月）げつ			
11/21（火）か			
11/22（水）すい			
11/23（木）もく			

● 監修者・著者

水谷 信子
（お茶の水女子大学・明海大学名誉教授、元アメリカ・カナダ大学連合日本研究センター教授）

● 著者

黒岩 しづ可（元日本学生支援機構東京日本語教育センター日本語講師）
青木　幸子（松江総合ビジネスカレッジ専任講師）
高橋　尚子（熊本外語専門学校専任講師）

レイアウト・DTP	オッコの木スタジオ
カバーデザイン	花本浩一
本文イラスト	杉本智恵美
翻訳	Alex Ko Ransom ／司馬黎／ Nguyen Van Anh ／ 近藤美佳／ Duong Hoa ／ Thuy Lan
編集協力	渡邉亜子

本書へのご意見・ご感想は下記 URL までお寄せください。
https://www.jresearch.co.jp/kansou/

日本語 N3　文法・読解まるごとマスター

平成 30 年（2018 年）　2 月 10 日　初版 第 1 刷発行
令和 元年（2019 年）　11 月 10 日　　　第 3 刷発行

監修者・著者	水谷信子
著　　　者	黒岩しづ可・青木幸子・高橋尚子
発 行 人	福田富与
発 行 所	有限会社Jリサーチ出版

〒 166-0002　東京都杉並区高円寺北 2-29-14-705

電　　話　03(6808)8801（代）　FAX 03(5364)5310
編 集 部　03(6808)8806
https://www.jresearch.co.jp
twitter 公式アカウント　@ Jresearch_
https://twitter.com/Jresearch_

印 刷 所　中央精版印刷株式会社

ISBN 978-4-86392-376-8
禁無断転載。なお、乱丁、落丁はお取り替えいたします。

©2018 Nobuko Mizutani, Shizuka Kuroiwa, Sachiko Aoki, Naoko Takahashi All rights reserved.　Printed in Japan